கூடுகள் சிதைந்தபோது...

அகில்

கூடுகள் சிதைந்த போது	:	சிறுகதைகள்
ஆசிரியர்	:	அகில்
	:	© ஆசிரியருக்கு
முதற்பதிப்பு	:	டிசம்பர் 2011
இரண்டாம் பதிப்பு	:	ஜூன் 2012
அட்டை வடிவமைப்பு	:	பினு பாஸ்கர்
வெளியீடு	:	வம்சி புக்ஸ்
		19.டி.எம்.சாரோன்,
		திருவண்ணாமலை.
		செல்:9444867023, 04175-251468
அச்சாக்கம்	:	மணி ஆப்செட், சென்னை - 600 077
விலை	:	₹ 120
ISBN	:	978-93-80545-56-1

Koodukal sithainthapothu	:	Short stories
Author	:	Ahil
	:	© Author
First Edition	:	December 2011
Second Edition	:	June 2012
Wrapper Design	:	Binu Basker
Published by	:	Vamsi books
		19.D.M.Saron,
		Tiruvannamalai-606 601
		9444867023, 04175-251468
Printed at	:	Mani Offset, Chennai-600 077
Price	:	₹ 120
ISBN	:	978-93-80545-56-1

உடல் சுகயீனமுற்றிருந்த வேளையிலும்,
இந்நூலுக்கு நல்லதொரு முன்னுரையைத் தந்து,
நூல் அச்சாகும் முன்னமேயே இவ்வுலகை விட்டு நீத்த
பேராசிரியர் **கா.சிவத்தம்பி** அவர்களுக்கு.....

முன்னுரை

திரு. சாம்பசிவம் அகிலேஸ்வரனின் (அகில்) இச்சிறுகதைத் தொகுதி முன்னுரை ஒன்றுக்காக என்னிடத்தில் தரப்பட்டது. அகில் ஏற்கெனவே நாவல்கள் இரண்டினை வெளியிட்டுள்ளார் என அறிகிறேன். துரதிஷ்டவசமாக அவரது நாவல்களை வாசிக்கும் வாய்ப்பு எனக்குக் கிட்டவில்லை. தமிழில் எழுதும் ஒருவரின் படைப்பு ஒன்றுக்கு சர்வதேசப் பரிசு கிடைப்பது எத்துணை தெரியப்பட்டதாயினும் அல்லாதாயினும் போற்றிப் பேசப்பட வேண்டிய விடயமே.

ஆக்க இலக்கியத் துறையில் ஏற்கனவே பல இலக்கிய வகைகளைக் கையாண்டுள்ள அகிலின் சிறுகதைத் தொகுதி நமது பாராட்டைக் கோரி நிற்கின்றது. அகில் அவர்கள் இப்பொழுது கனடாவிலேயே வசிப்பதால் நான் விரும்பிய அளவிற்கு அவருடன் ஆக்க இலக்கியம் பற்றி ஊடாட முடியவில்லை.

இத்தொகுதியில் வெளிவந்துள்ள சிறுகதைகள் எல்லாமே மிக அண்மையில் எழுதப்பட்டுள்ளன. இத்தொகுதியிலுள்ள கதைகளில் காலத்தால் முந்தியன அண்ணா நகரில் கடவுள், கிறுக்கன் இவை 2008 இற்குரியனவாகும். ஏனைய சிறுகதைகள் அதன் பிறகானவை. இதனாலேயே இச்சிறுகதைகளில் வரும் விடயப் பொருட்கள் சமகாலத்துக்குரியனவாக இன்று நம்மிடையே காணப்படுகின்ற பிரச்சினைகளாக உள்ளன. இலங்கைத் தமிழர்பற்றிக் குறிப்பிடவேண்டிய அனுபவங்களையும் கனடாவிலுள்ள

இலங்கைத் தமிழ் புலம் பெயர்ந்தோரின் வாழ்க்கைப் பிரச்சினைகள் சிலவற்றையும் இத்தொகுதியிலே தந்துள்ளார். இச்சிறுகதைத் தொகுதியினை வாசிக்கும்பொழுது ஏற்படும் பதிற்குறி, அவை சமகால வாழ்க்கையின் முக்கிய கணங்கள் சிலவற்றை அல்லது வாழ்க்கை ஓட்டங்களில் சிலவற்றைக் கதைப்பொருளாகக் கொண்டுள்ளமையாகும்.

சிறுகதை எனும் இலக்கிய வகையின் மிக மிக முக்கியமான தனித்துவமான அம்சம் அவை மனித வாழ்க்கையில் வரும் சில கணங்களை (moments), அந்த மனிதனை அல்லது மனிதர்களைப் பற்றிய அசைவியக்கத்தினைச் சித்தரிப்பதன் மூலம் முழு வாழ்க்கையையுமே விளங்கிக் கொள்ள உதவுவதாக அமையும். இருட்டில் வரும் திடீர் மின்னல் சூழ இருப்பவற்றை நன்கு காட்டிவிட்டு திடீரென மறைந்து போவது போல நல்ல சிறுகதையும் அதன் கடைசி வாக்கியம் வாசித்து முடிக்கப்படும்பொழுது உணர்வு நிலை ஒன்றினை வாசிப்பவர்களிடத்து ஏற்படுத்திவிடும். எந்தவொரு நல்ல சிறுகதையும் அதன் கடைசி வாக்கியத்துக்கு அப்பாலே உடனடியான ஒரு திகைப்புணர்வையோ தெளிவுணர்வையோ அன்றேல் அதுவரை இல்லாதிருந்த ஒரு புரிதல் உணர்வையோ ஏற்படுத்தும். அகிலின் இச்சிறுகதைகளுள் எல்லாமே ஒரே தரத்தின அல்லவெனினும் பெரும்பாலானவை, கலைப்பூரணத்துவமுள்ள சிறுகதைகளாக அமைந்துள்ளன. பாம்பு கடித்துச் செத்துப்போன தனது வளர்ப்பு நாயையும் பூனையையும் பார்த்து அழுது கொண்டிருக்கிற அந்தப் பையனது மனநிலையை அறியாது வழிப்போக்கர்கள் சொல்லும் குறிப்புரைகள் மானுட அவலத்தின் ஒரு முக்கிய அம்சத்தைச் சுட்டி நிற்கின்றன. வளர்ப்புப் பிராணிகள்மீது உயிரை வைத்திருப்பவர்களின் அன்புடமையின் உச்சத்தை அந்தக்கதை காட்டி நிற்கின்றது. இதிலுள்ள ஒரு சோகமே என்னவென்றால், குழந்தையாய் இருக்கும் நிலையிலேதான் அத்தகைய நிகழ்ச்சிகள் ஆழமான சோகத்துக்குரியனவாகின்றன. வயது செல்லச் செல்ல இவை போன்றவை, ஏன் உறவினர்களின் மரணங்கள் கூடத் தவிர்க்கப்படமுடியாத நியமங்களாக ஏற்றுக் கொள்ளப்படுகின்றன. அந்தச் சிறுவன் தனது வளர்ப்புப்

பிராணிகளின்மேல் வைத்திருந்த வாச்சலியத்திலேதான் மானுடத்துவம் தெரிய வருகிறது.

சினிமாவின் முக்கிய உத்திகளில் ஒன்று மொன்ராஜ் (montage) என்பதாகும். இதற்கான சரியான தமிழ்ப் பதம் எனக்குத் தெரியவில்லை. சினிமாவில் மொன்ராஜ் என்பது ஒரு பாத்திரத்தின் மனநிலையைக் காட்டுவதற்கு அடுத்து வரும் நிகழ்ச்சியை ஒரு short ஆக ஒரு இயற்கை நிகழ்ச்சி ஒன்றினைக் காட்டுவதாகும். சொற்கள் தரமுடியாத விளக்கப் புரிதலை அது தரும். தமிழ் சினிமாக்களில் ஹீரோ அல்லது ஹீரோயினின் கவலையைக் காட்டுவதற்கு அவர்களை அலையடிக்கும் கடற்கரைகளிலே நிற்கவிடுவார்கள். சத்யதிஸ்ராயின் பதர்பஞ்சலியில் அந்தக் குடும்பம் தங்கள் வீட்டைவிட்டுப் புறப்பட்டுச் செல்கின்றபொழுது சற்றுத் தொலைவில் அவர்கள் நடப்பதைக் காட்டிக்கொண்டே அந்த வீட்டுக்குள் பெரிய பாம்பு நுழைவதைக் காட்டுகிறார்கள். பாம்பு நுழைந்த வீடு பாழடைவது திண்ணம் என்பது முந்திய நம்பிக்கைகளில் ஒன்று.

அகிலின் ''கூடுகள் சிதைந்த பொழுது'' எனும் சிறுகதையில் இந்த மொன்ராஜ் உத்தியின் இலக்கிய வலுவைக் காண்கிறேன்.

கனடாவில் பூங்கா ஒன்றில் அமர்ந்திருக்கும் ஒருவர் சோடிப்பறவைகளில் ஒன்று விபத்துக்கு உட்படுவதையும் பின்னர் இறப்பதையும், தனது துணையின் நிலையைப் புரிந்து கொள்ளமுடியாமல் மற்றைய பறவை அதனைப் பிரிய முடியாது தவிப்பதையும் காட்டுகின்ற அகில், பின்னர் அவனுடைய சொந்த ஊரில் அவனது மனைவிக்கு ஏற்பட்ட அனுபவத்தை எடுத்துக் கூறுகிறார். மௌன சோகம் நம்மையும் ஆட்கொண்டுவிடுகிறது.

வாசிப்பு என்பதன் உண்மையான முக்கியத்துவம் அல்லது பயன்பாடு என்னவெனில் வாசிக்கப் பெறும் பொருளுடன் வாசிப்பவர் மனம் இயைந்துவிட வேண்டும் என்பதுதான். அது தாவரவியல் ஆக இருக்கலாம், தொல்லியலாக இருக்கலாம், வாசக ஒன்றிணைவு எங்கும் எதிலும் அத்தியாவசியம்.

படைப்பிலக்கியங்களைப் பொறுத்தவரையில் இந்த ஒன்றிணைப்பு, உணர்வு நிலைப்பட்ட ஒன்றாக இருக்கும்.

வாசித்ததை இடையில் நிறுத்திவிட முடியாமல் சஞ்சலப்படும் அனுபவங்கள் நமக்கே ஏற்படவில்லையா? இத்தகைய ஓர் அனுபவம் இச்சிறுகதைத் தொகுதியை வாசிக்கும் பொழுதும் ஏற்படுகிறது.

'பதவி உயர்வு' எனும் சிறுகதை சிங்களத்திலே மொழி பெயர்க்கப்படவேண்டியது அவசியம். குறைந்த பட்சம் அது ஆங்கிலத்திலாவது மொழிபெயர்க்கப்பட்டு நமது சிங்களநிலை, தமிழ்நிலை நண்பர்கள் அதனை வாசித்தல் வேண்டும். கடலுக்குக் குளிக்கச் சென்ற மகன் தனது தமிழ் நண்பனைக் காப்பாற்றப் போய் இரண்டு பேருமே இறந்துவிட அந்தப் பையனின் தகப்பனுக்கு இலங்கையின் வடபிராந்தியத்தில் ஈட்டிய போர்ச்சாதனைகளுக்காக மேஜர் ஜெனரல் ஆகப் பதவி உயர்த்தப்படுவதாக வருங் கடிதத்தையே கிழித்துவிடுகிறார். அப்படைப் பிரதானி போரிலே எத்தனை உயிர்கள் அநியாயமாக மாண்டு போகின்றன என்பதை உணர்ந்து கடிதத்தைக் கிழிக்கின்றார் எனும் அந்த முடிவு இலங்கையின் ஆட்சி அதிகார நிலையில் உள்ளவர்களின் முகத்திலே அடிப்பது போன்ற சிலிர்ப்பையே ஏற்படுத்துகின்றது. தமிழில் இத்தகைய விடயங்களை, இத்தகைய மானுட அவலங்களை, இத்துணை சிறப்பாக எழுதுகிறார்கள் என்பது சாதாரண சிங்கள வாசகர்களுக்குத் தெரிவது அத்தியாவசியமாகும்.

இவ்வாறு கதை ஒவ்வொன்றும் பற்றிய எனது புரிதல்களை அவை என்னகத்துள்ளே ஏற்படுத்தும் 'கதவு திறப்புகளை' பற்றி நான் தொடர்ந்து கூறத் தேவையில்லை என்றே கருதுகிறேன்.

கனடாவிலுள்ள தமிழர்களின் வாழ்க்கை நமது பண்பாட்டின் தளங்களைச் சுட்டுவனவாகவுள்ளன. பன்றிகளை ஏற்றிச் செல்லும் வண்டியிலே பன்றிகளுடன் பன்றியாய் இருந்துவிட்டு கனேடிய எல்லைப்புறத்திலே இறக்கி விடப்பட்ட மனிதனும், தானே சகோதரியைக் கனடாவிற்கு அழைத்துவிட்டு பிறகு அவர்களோடு ஏற்பட்ட பிணக்குக் காரணமாகத் தங்கையின் வீட்டுக்கு அதுவும் அவளின் மகள் பெரியபிள்ளை ஆன வைபவத்திற்குச் சென்ற தாயை ஏசுகின்ற மகன் யாழ்ப்பாணத்திலிருந்து கனடாவிற்கு நாற்றுநடுகை

(Trans Planting) செய்யப்பட்டவனே. dating என்பதை விளங்கிக் கொள்ள முடியாத தாய் தனது மகள் boyfriend ஒருவனுடன் விடுமுறைக்குச் செல்வதைப் புரிந்துகொள்ள முடியாதவளாய்த் தத்தளிப்பது போன்றவை யாழ்ப்பாணத் தமிழரின் கனேடிய வாழ்க்கை அவலங்களை நன்கு காட்டுகின்றன. இதிலுள்ள மானுடசோகம் என்னவென்றால் தாங்கள் இத்தகைய தவறுகளைச் செய்கின்றோமே என்பது அவர்களுக்குத் தெரியாமல் இருப்பதுதான். எங்கு சென்றாலும் அங்கு யாழ்ப்பாணத்தின் வாழ்க்கை முறைகளைக் கொண்டு செல்ல விரும்பும் அவலம் நிறைந்த ஆசை.

பதச்சோறாகச் சிலவற்றை இங்கு காட்டியுள்ளேன்.

அகிலின் மொழிநடை போதுமானதாகவே உள்ளது. இச்சிறுகதைத் தொகுதி தமிழகத்து விமர்சகர்கள், வாசகர்களிடத்து சேர்ப்பிக்கவேண்டிய பொறுப்பு இதன் பிரசுரிப்பாளருக்கு உண்டு. தமிழகத்திலே அச்சிடப்பெறும் இவ்வகை தமிழர்களது படைப்பிலக்கியங்கள் தமிழகத்து இலக்கிய ரசிகர்களாலும் வாசகர்களாலும் மிக மிகக் குறைவாகவே விளங்கிக் கொள்ளப்படுகின்றன. இலங்கைத் தமிழர்கள் உலகில் பரந்து வாழும் இடங்களில் எல்லாம் தங்கள் சஞ்சிகை அன்றேல் பிரசுர நிறுவனம் தெரியப்படவேண்டும் என்பதற்காகவே பலர் இலங்கைத் தமிழர் ஆக்கங்களை வெளியிடுகின்றனர்.

சரஸ்வதி, சாந்தி காலத்தில் நிலவிய உண்மையான ஆக்க இலக்கியப் பரிமாற்றம் இப்பொழுது நடைபெறுவதே இல்லை. இந்திய அரசு நூல் நிலையங்களுக்கென வாங்கப்படும் 600 பிரதிகளுக்குள்ளே கூட இவை பெரிதும் வருவதில்லை. இதனால் இன்றைய நிலையில் நமது எழுத்துக்கள் குறிப்பாக புலம் பெயர் எழுத்துக்கள் தமிழகத்தில் தெரியப்படவேண்டியது அவசியமாகிறது.

இலங்கையில் வரலாற்றுக்காலம் முதலே தமிழர்கள் வாழுகின்றனர். அதன் வடகிழக்குப் பகுதிகள் தமிழ் கூறும் நல் உலகத்தின் பண்பாட்டு அலகுகள். (அரசியல் அல்ல).

சிங்கப்பூர், மலேசியா, தென் ஆப்பிரிக்காவில் 19ம் நூற்றாண்டின் நடுக்கூறு முதல் வாழ்கிறார்கள், இப்பொழுது Tamil diaspora எனும் தமிழர் சிறுகதை முற்றிலும் ஈழத்தமிழர் நிலைப்பட்டதே. அந்த அளவில் இன்றைய புகலிட இலக்கியங்களும் ஈழத்தமிழ் இலக்கியத்தின் விஸ்தரிப்புகள்தான். அகில் போன்றவர்களுக்குரிய பெரிய வாய்ப்பு யாதெனில், இங்கு நமக்கு ஏற்பட்ட அவலங்களை உள்ளூரில் எழுத முடியாது. ராஜதுரோகம்வரை செல்லும் ஒரு குற்றமாகும். அந்த வகையில் அகிலின் இச்சிறுகதைத் தொகுதி போன்ற நூல்களுக்கு அவ்வப் பிரசுரங்களுக்கு அப்பாலே மிக நீண்ட அல்லது ஆழமான முக்கியத்துவமுள்ளது.

இறுதியாக ஒரு கூற்று. நவீன காலத் தமிழ் இலக்கியத்திலே சிறுகதை, பொலிவுடன் வளர்ந்துள்ள ஓர் இலக்கிய வகையாகும். புதுமைப்பித்தன் பரம்பரை என்றுகூடச் சொல்லலாம்.

அகிலிற்கு அந்த நீண்ட செழிப்பான தமிழ்ச் சிறுகதை பாரம்பரியத்தில் நிலையான இடம் வேண்டுமானால் தொடர்ந்து இத்தொகுதியிலே உள்ளன போன்ற சிறுகதைகளை எழுதுதல் வேண்டும்.

மிக்க அன்புடன்,
பேராசிரியர். **கார்த்திகேசு சிவத்தம்பி**
இலங்கை.

அணிந்துரை

நவீனப் புனைகதைகளுள் சிறுகதைகள் வெளிவருகின்ற வேகமும் எழுத்தாளர்களால் அவை எழுதப்படுகின்ற தொகையும் மிக அதிகமாகும். ஆனால் எழுதப்படுகின்ற சிறுகதைகள் சிறுகதை என்ற இலக்கியத்தின் வகைக்குள் அமையாது போகின்றன. அதற்குக் காரணம் சிறுகதை வகை பற்றிய தெளிவின்மையே ஆகும். சிறுகதை என்றால் என்ன? பெயருக்கேற்ப சிறிய இலக்கிய வகை அது. நாவலைப் போன்று பெரிதுமன்று. அதிக சம்பவங்களைக் கொண்டதுமன்று. குறுநாவலைப் போல இடைத்தரமானதுமன்று. சிறுகதை என்பது சிறியதொரு சம்பவத்தை ஒரு சில பாத்திரங்களுடன் குறுகிய காலத்தில் நடப்பதை விவரிப்பது. உலகின் பெரும்பாலான சிறந்த சிறுகதைகள் பெரிதும் ஒரு சிக்கலை ஏற்படுத்தி இறுதியில் அவிழ்த்து விடை காண்பதாக அல்லது வாசகன் முற்றிலும் எதிர்பார்க்காத திருப்பத்துடன் நிறைவுறுவதாகவுள்ளன. படிப்பவன் மனதில் இறுதியில் ஓர் உணர்ச்சியை எஞ்சவிடுவனவாக அல்லது வாழ்க்கைக்கு ஓர் ஒளிப் புள்ளியைக் காட்டுவனவாக நல்ல சிறுகதைகள் அமைகின்றன.

நல்ல ஒரு சிறுகதை மூன்று இயல்புகளைக் கொண்டிருக்க வேண்டும் என்பது எனது கருத்தாகும். விமர்சகர்கள் சொல்வதைப் போல பலவற்றையல்ல. அம்மூன்று இலக்கணங்கள் வருமாறு:

1. நல்லதொரு கருவை அல்லது உள்ளடக்கத்தைக் கொண்டிருக்கும்.

2. ஏற்றதொரு வடிவத்தை அல்லது உருவத்தைக் கொண்டிருக்கும்.

3. சிறுகதைக்குரிய நேர்த்தியைக் கொண்டிருக்கும்.

இன்றைய இளம் எழுத்தாளர்கள் தமது சிறுகதைகளில் சிலிர்க்க வைக்கும் உள்ளடக்கத்தைத் தெரிவு செய்கிறார்கள். மற்றைய இரண்டையும் கைவிட்டு விடுகிறார்கள். சிறுகதைக்குரிய நேர்த்தி என்பது எழுத்தாளனின் ஆளுமையைப் பொறுத்தது. சிறுகதை நிகழும் கள விபரணை, நடை, உத்தி, பாத்திரங்கள், உவமானங்கள், எல்லாவற்றிற்கும் மேலாக சமூகச்செய்தியெனப்பலவற்றைப் பொறுத்தது. எனவே நல்லதொரு சிறுகதை என்பது படித்து முடிந்ததும் வாசகனிடம் எஞ்சி நிற்கின்ற உணர்வின் நிறைவைப் பொறுத்தது ஆகும்.

இந்த அடிப்படையில் எஸ். அகிலேஸ்வரனின் (அகில்) 'கூடுகள் சிதைந்தபோது...' என்ற சிறுகதைத் தொகுதியைப் படித்தேன். 1983 க்குப் பிற்பட்ட சிறுகதை செல்நெறிக்கால வேளையைத் தமிழ்த் தேசிய உணர்வுக் காலம் என்பர். தமிழர் சமூகத்தின் அடித்தளப் பிரச்சினையாகச் சமூகத்தில் புரையோடிக் கிடந்த சாதியம், வர்க்கியம் என்பன்வற்றை எல்லாம் மேவி பூதாகரமாகக் கிளர்ந்து எழுந்து நிற்கும் தமிழீழப் போராட்டம் அவ்வாறான கருத்தியலை ஏற்படுத்தியுள்ளது. அது சமூகத்தில் ஏற்படுத்திய அனுகூலங்களையும் பிரதிகூலங்களையும் அவலங்களையும் கருப்பொருளாகக் கொண்டு படைக்கப்பட்டிருக்கும் சிறுகதைகள் விரும்பியோ விரும்பாமலோ 'தேசியம்'என்ற உணர்வு தேய்ந்து தமிழ்த் தேசியம் என்ற உணர்வு மேலோங்கிவிட்டது. 1970 களின் பிற்கூற்றிலிருந்து மெதுவாகப் புகத்தொடங்கிய ஆயுதக் கலாசாரம், 1983 களின் இனக்கலவரத்தின் பின்னர் தவிர்க்க முடியாத போராட்டமாக மாறிவிட்டது. இலங்கையின் அரசியல் வரலாற்றில் தமிழருக்கான பாரம்பரிய ஆள்புலத்தையும், உரிமைகளையும் கோரி ஆயுதமேந்திய இளைஞர்களின் போராட்டமும் இடப்பெயர்வும் இன்று, பெரும் யுத்தமாக வெடித்துவிட்டது. மரணங்கள் மலிந்த பூமியாக வடக்கு கிழக்குப் பிரதேசம் மாறிவிட்டது. உயிரழிவுகள், சொத்தழிவுகள், இடம்பெயர்வு தரும் அகதி வாழ்க்கை அவலங்கள், புலம்பெயர்ந்த

மக்களின் துயரங்கள், பாலியல் வன்முறைகள், கைதுகள், கைதுகளால் காணாமற்போனோர் இழப்புகள், உளப்பாதிப்புகள், அங்கவீனமுற்றோர் துயர், அவமானங்கள் என தாங்கொணாத் துயரங்களால் தமிழ் மக்கள் மூழ்கடிக்கப்பட்டுள்ளனர். இந்த அவலங்கள் இக்காலச் சிறுகதைகளில் சித்தரிக்கப்பட்டு வருகின்றன.

இலங்கையில் இனப்போராட்டம் கூர்மையடைந்து, பேரினவாதம் மேலோங்கி சிறுபான்மையினம் அடக்கியொடுக்கப்பட்டு வந்தமையால், வர்க்கப் போராட்டக் கருத்துகள் பின்தள்ளப்பட்டு, இனப்போராட்டம் சார்ந்த தமிழ்த் தேசியவுணர்வு மேலோங்கியது. இந்த யுத்த சூழ்நிலையை உள்வாங்கிய படைப்புகள் காலத்தின் தேவையாகத் தோன்றலாயிற்று. ‘இலங்கையின் பிரதான பிரச்சினையான இனப்போராட்டத்தை இலக்கியம் பிரதிபலிக்காமல் இருக்கமுடியாது. 1983 இலிருந்து இனப்பிரச்சினைகளையும் அதன் வழிவரும் தாக்கங்கள் ஒவ்வொன்றையும் தவிர வேறொன்றையும் இலக்கியம் எடுத்துக் கூறவில்லை’ என்கிறார் கா.சிவத்தம்பி. 1930 - 1949 களில் ஈழத்து இலக்கியத்தில் மனோரதியக் கற்பனைகள் (றோமான்ரிசம்) இடம் பெற்றிருந்தன. எனினும் முற்றாக அவை மனோரதியக் கற்பனைகளாக விளங்கினவென்று கூறமுடியாது. 1930 - 1949 களில் சிறுகதைகளில் யதார்த்தவாதம் முதன்மைபெற்ற கருத்தியலானது. ஆரம்பச் சிறுகதைகளில் விமர்சன யதார்த்தவாதம் முதன்மை பெற்றிருந்தது. பின்னர் சோஷலிச யதார்த்தவாதம் முதன்மை பெற்றது. பின்னர் நவீனத்துவம் (மொடேனிசம்), பின்நவீனத்துவம் (போஸ்ட்மொடேனிசம்) எனும் திறனாய்வுக் கோட்பாடுகள் முதன்மை பெற்றன. சமூகக் கட்டவிழ்ப்புகள் சிறுகதைகளில் இடம் கொண்டுள்ளன. பின்வந்தோர் இக்கோட்பாடுகளைப் புரிந்துகொண்டு எழுதினர் என்று கூறமுடியாது. அக்கோட்பாடுகளின் அருட்டுணர்வுக்குட் பட்டுள்ளனர் என்பது மறுப்பதற்கில்லை.

தேசிய உணர்வுக் காலகட்டத்தில் அதற்கு இணங்கச் சிறுகதைகளைப் படைத்தவர்களில் எஸ்.பொன்னுத்துரை, பத்மா சோமகாந்தன், நந்தி, செங்கை ஆழியான், செம்பியன்செல்வன், செ.யோகநாதன், புலோலியூர் க.சதாசிவம், கோகிலா மகேந்திரன்,

அராலியூர் ந.சுந்தரம்பிள்ளை, தி.ஞானசேகரன், சுதாராஜ், கே.ஆர்.டேவிட், இணுவையூர் சிதம்பரதிருச்செந்திநாதன், மண்டூர் அசோகா, தாமரைச்செல்வி, க.தணிகாசலம், லெ.முருகபூபதி, மு.பஷீர், திக்குவல்லை கமால் ஆகியோர் குறிப்பிடத்தக்கவர்கள்.

தமிழ் தேசியவுணர்வுக் காலகட்டத்துக்கு முற்றுமுழுதாக உரிமையான சிறுகதையாசிரியர்களாக ரஞ்சகுமார், உமாவரதராசன், யோகேஸ்வரி சிவப்பிரகாசம், சோ.ராமேஸ்வரன், திருக்கோவில் கவியுவன், ஓட்டமாவடி அறபாத், யூ.எல்.ஆதம்பாவா, சித்ரா நாகநாதன், திருமலை சுந்தா, இயல்வாணன், எஸ்.எச்.நிஃமத், இளையவன், கனகசபை தேவகடாட்சம், வாகரை வாணன், ஒலுவில் அமுதன், மண்டூர் அசோகா, வடகோவை வரதராஜன், மொழிவரதன், எஸ்.கே.விக்னேஸ்வரன், ஏ.எஸ். உபைத்துல்லா, நற்பிட்டிமுனை பளீல், கணபதி கணேசன், ச.அருளானந்தன், செ.குணரெத்தினம், அகளங்கன், நி.ப.அருளானந்தம், திருமலை சந்திரகாந்தா, முகமாலைசேகர், முத்து ராதாகிருஷ்ணன், வளவை வளவன், எம்.எச். அமானுல்லா, சந்திரா தனபாலசிங்கம், ஆதிலட்சுமி சிவகுமார், கெக்கிராவ ஸஷானா, சந்திரா தியாகராசா, இயல்வாணன், சி.கதிர்காமநாதன், தாட்சாயினி, உடுவில் அரவிந்தன் முதலானோரைக் குறிப்பிடலாம். இவர்களைவிட இப்போராட்ட காலத்தில் தம்மைத் தக்க படைப்பாளிகளாக இனம் காட்டிக்கொண்டவர்களாக மாவை வரோதயன், வளநாடன், முல்லைக்கோணேஸ், ந.சத்தியபாலன், நா.யோகேந்திரநாதன், விதிரி இ.இராஜேஸ்கண்ணா, சு.மகேந்திரன், வன்னிமகள், முல்லை யேசுதாசன், விவேக், ஞானரதன், மலைமகள், ச.இராகவன், ந.பார்த்திபன் முதலானோரைக் குறிப்பிடலாம். இன்றைய வாழ்வின் அவலங்களை இனங்கண்டு யோகேஸ்வரி சிவப்பிரகாசம் தன் சிறுகதைகளில் சித்தரித்துள்ளார்.

ஆற்றல்மிகு புதிய படைப்பாளிகள் இன்று ஈழத்தின் சிறுகதைக் களத்துக்கு வந்துள்ளனர். முல்லை யேசுதாசன் (ஒரு அகதியின் நாள்), விவேக் (சிறைமீட்பு), ஞானரதன் (ஒரு மயிலின் மரணம்), மலைமகள் (முருங்கையைவிட்டு இறங்காதவர்கள், ஒரு கப் தேனீர்), மாவை வரோதயன் (ஒற்றைத்திருக்கல்), முல்லைக் கோணேஸ் (தீப்பிடித்த

நினைவோரம் பாயும் ஆறு), ந.சந்திபாலன் (அப்பாவும் சமகாலமும்), நா.யோகேந்திரநாதன் (தொலைநோக்கி), வதிரி.இ.இராஜேஸ்கண்ணா (லீவு போம்), சு.மகேந்திரன் (அவன்), வன்னிமகள் (கௌரவம்), அகில் (பெரிய கல்வீடு) முதலான புதிய படைப்பாளிகளின் சிறுகதைகள் நெஞ்சை அதிர வைக்கின்றன. இவர்களுடைய சிறுகதைகளில் உணர்வுபூர்வமான சித்தரிப்புகளைக் காணமுடிகின்றது. அவை சுய அனுபவ வெளிப்பாடுகளாக வந்துள்ளன. ஈழத்தின் சிறுகதை இலக்கியம் எதிர்காலத்தில் வறிதாகிவிடாது என்பதை இவை உறுதிப்படுத்துகின்றன.

தமிழ் இலக்கிய ஆக்கங்களை இலகுவில் அடையாளம் காண்பதற்காகவும், வகைப்படுத்திக் காண்பதற்காகவும் தமிழ் நாட்டு இலக்கியம், மலேசிய இலக்கியம், ஈழத்து இலக்கியம், என்று அவற்றினைச் சுட்டிப் பெயரிட்டு அழைக்கின்றோம். அதேபோல ஈழத்திலிருந்து இடம்பெயர்ந்து ஆக்குகின்ற எழுத்துகளை புலம்பெயர் இலக்கியங்கள் என்று அழைக்கின்றோம். ஈழத்தில் வாழ்வது பாதுகாப்பில்லையென்ற பயத்தினால் சிலரும், பொருள் தேடும் நோக்கினோடு சிலரும் வெளிநாடுகளில் தஞ்சம் புகுந்தனர். அவர்களில் ஈழத்தின் உன்னதமான எழுத்தாளர்களும் அடங்கினர். கனடாவிலும் ஜேர்மனியிலும் பிரான்சிலும் இங்கிலாந்திலும் நோர்வேயிலும் அதேபோன்று வேறு நாடுகளிலும் அகதிகளாக அடைக்கலம் புகுந்த கையோடு அவர்கள் எழுதிய ஆக்கங்கள், தமது மனக்காயங்களைப் படைப்புகளில் இறக்கி வைத்து வடிகால் காணும் ஈழம்சார் படைப்புகளாக உயிர்த்துடிப்போடு விளங்கின. அவை ஈழத்து இலக்கியத்துக்கு அணிசேர்த்தன.

இன்று முதன்மை பெற்று வருகின்ற புலம்பெயர் இலக்கியங்கள் இரு வகையான உள்ளடக்கத்தைக் கொண்டுள்ளன. ஆரம்பகால இலக்கியங்கள் ஈழம் பற்றிய புனைகதைகளாகவும், கவிதைகளாகவும் இருந்தன. ஈழத்தில் தம் அனுபவங்களையும் வாழ்ந்த வாழ்வின் இனிமைகளையும் அவை பேசின. பின்னர் அவர்கள் ஈழம் பற்றி எழுதியவை பார்வையாளரின் குறிப்புகளாக இருக்கின்றன. ஈழத்தின் துயரங்களை, இன்றைய வாழ்வியலை இத்துயரங்களுக்கிடையில்

வாழாமல் பதிவு செய்யமுடியாது. பட்டினி தேசமாக மாறிவிட்ட யாழ்ப்பாணத்தின் துயரங்கள் தெரியுமா? தீ விட்டெரியும் கிழக்கின் அவலங்களைக் கற்பனையில் காணமுடியுமா? நாசி முகாம்களுக்கு இழுத்துச் செல்வது போன்ற அவலங்களை அனுபவிக்க முடியுமா? வீதிகளில் அவமே செத்துக்கிடக்கும் இளைஞர்களின் சடலங்கள் வெளியிடும் கனவுகளை உணர முடியுமா? இன்னமும் எவ்வளவு காலத்திற்குத்தான் கேள்வி ஞானங்களையும் தம் முன்னைய அனுபவங்களையும் வைத்து எம்மவரின் தாங்கொணாத் துயரங்களைப் புனைகதைகளாகவும் கவிதைகளாகவும் வடித்து தமிழ் நாட்டின் அப்ளாஸைப் பெறப்போகிறார்கள்? அவை ஈழத்துத் தமிழ் இலக்கியங்களல்ல. ஈழம் பற்றிய தமிழ் இலக்கியங்கள். அது அ.முத்துலிங்கத்திற்கும் பொருந்தும். அதேபோல எஸ்.பொன்னுத்துரை, வி.கந்தவனம், அரவிந்தன், ஷோபாசக்தி, ஜெயபாலன், சேரன் முதலான ஆற்றல் வாய்ந்த புலம்பெயர் இலக்கியம் படைக்கும் அனைவருக்கும் பொருந்தும். சவால்களுக்கிடையில் வாழ்ந்துகொண்டு எரியும் பிரச்சினைகளுக்கு முகம் கொடுத்துக் கொண்டு படைக்கப்பட்டு வருகின்ற இன்றைய ஈழத்து எழுத்துகள் புலம்பெயர் படைப்பாளிகளின் சர்வதேசத் தளத்திற்கும், இடப்பெயர்வில் எதிர்கொண்ட பலதரப்பட்ட அனுபவத் துயரங்களுக்கும், அவர்களின் மனக்காயங்களின் பாசாங்கற்ற மொழிக்கும் ஈடுகொடுக்க முடியாதவைதான். ஈழத்து எழுத்துகள் கால பயத்திற்கு உட்பட்டவை. அவற்றில் ஈழத்துச் சமூக வாழ்வின் அவலங்கள் சித்தரிக்கப்பட்டாலும் களத்தின் உண்மை நிலமைகளைப் பூரணமாகப் பேசத் தயங்குகின்றன. ஆனால் புலம்பெயர் படைப்பாளிகளுக்கு, பூரணமான எழுத்துச் சுதந்திரம் இருக்கிறது. உயிருக்குப் பயந்து இந்த மண்ணைவிட்டு அகன்றாலும் உயிர் வாழ்தலுக்கான உத்தரவாதம் அந்நாடுகளில் இருக்கின்றது. எதையும் எப்படியும் அவர்களால் எழுதிவிட முடிகின்றது. ஈழத்து எழுத்தாளனின் கரங்கள் கண்ணுக்குத் தெரியாத தளையினால் இறுகக் கட்டப்பட்டுள்ளன. அவ்வாறான தளையை ஈழத்துப் படைப்பாளி தனக்குத் தானே இட்டுக் கொண்டுள்ளான்.

புலம்பெயர் படைப்பாளிகளில் புனைகதைத் துறையில் ஷோபாசக்தி, அகில், பொன்.கருணாகரமூர்த்தி, மட்டுவில் ஞானக்குமரன், அரவிந்தன், வீ.ஜீவகுமாரன் ஆகியோர் கவனத்தைக் கவர்ந்த படைப்பாளிகளாகவுள்ளனர். அவர்கள் மனம் ஈழத்தில் கண்டுள்ள கடுங்காயங்கள் அவர்களின் படைப்புக்களின் ஆத்மாவாகவுள்ளன. சாதிய அடக்குமுறைகளையும், அகதி வாழ்வின் மனநிலைப் புலம்பல்களையும், போர், புகலிடம், தேசியவாதம் என்பனவற்றை விமர்சிக்கும் படைப்புகளாகவுள்ளன. ஆனால் அவர்கள் ஒட்டுமொத்தமாக தமது புனைகதைகளிலும், வார்த்தைகளிலும் சமூகத்தின் ஒரு பகுதியினரை கே.டானியல் போலத் தூக்கி வீசுவது படைப்பாளியின் சமநிலைத் தளும்பலாகப் படுகின்றது. 'உலகத் தமிழ் இலக்கியத்துக்கு ஈழத்தவர்கள் தலைமை தாங்குவார்கள்' என்ற பேராசிரியர் கா.சிவத்தம்பியின் கூற்று ஏற்றதாக மாறலாம். ஏனெனில் ஈழத்துப் படைப்பாளிகள் சவால்களுக்கிடையில் வாழ்கின்றனர்.

புலம்பெயர்ந்த நாடுகளில் வாழ்கின்ற பழைய படைப்பாளிகளில் அ.முத்துலிங்கம், எஸ்.பொன்னுத்துரை, லெ.முருகபூபதி, அ.பாலமனோகரன், நடேசன், தேவகாந்தன், ஆ.சகி கந்தராசா, யோகா பாலச்சந்திரன், விஜயராணி முதலியோரைவிட, புதிய புலம்பெயர் படைப்பாளிகளான அகில், ஜீவகுமாரன், கருணாகரமூர்த்தி, ஞானக்குமாரன், சிறீஸ்கந்தராஜா, ஜோதிலிங்கம், துறையூரான், அரவிந்தன், கணேசலிங்கம், நவசோதி யோகரட்னம் முதலானோர் தாம் வாழ்கின்ற நாட்டில் தாம் அனுபவிக்கும் துயரங்களை எழுதிவருகின்றார்கள். முழுமையாகப் புலம்பெயர் எழுத்துகளைப் படிக்கின்ற வாய்ப்பு ஈழத்தவர்களுக்கு இல்லை என்பதையும் ஒப்புக்கொண்டே ஆகவேண்டும். ஆனால் படிக்கக் கிடைத்த படைப்புகள் பிடித்துக்கொள்கின்றன. அதே வேளை அவை கனேடிய தமிழ் இலக்கியமாகவும், ஜேர்மனிய தமிழ் இலக்கியமாகவும், பிரான்சிய தமிழ் இலக்கியமாகவும், அவுஸ்திரேலியத் தமிழ் இலக்கியமாகவும் உள்ளன. புலம்பெயர் தமிழ் இலக்கியம் இன்று எழுதுகின்ற பரம்பரையுடன் முற்றுப் பெற்றுவிடும். அதன் பின்னர் வருவது அந்தந்த நாட்டு மொழிகளில் ஈழத்துத் தமிழரின்

வம்சாவளியினரின் எழுத்துக்களாக அமையும். அவர்கள் தமிழில் எழுதப் போவதில்லை.

அகிலின் 'கூடுகள் சிதைந்தபோது...' தொகுதியில் பதினான்கு சிறுகதைகள் இருக்கின்றன. அவற்றில் வலி, அம்மா எங்கே போகிறாய்?, ரேடியோ பெட்டி, பெரிய கல்வீடு, இது இவர்களின் காலம் என்பன புதிய களத்தை அறிமுகப்படுத்தும் அற்புதமான சிறுகதைகளாக இருக்கின்றன. இவற்றைவிட மற்றைய கதைகளான கூடுகள் சிதைந்தபோது, பதவி உயர்வு, கண்ணீர் அஞ்சலி என்பன சுமாரானவை. உறுத்தல், அண்ணா நகரில் கடவுள் என்பனவற்றின் கருக்கள் ஏற்கனவே வாசித்த பழைய எழுத்துகளை நினைவுபடுத்துகின்றன. ஈழத்தின் புனைகதைத் துறைக்கு நம்பிக்கை தரும் இளம் குருத்துகளின் முதல் வரிசையில் அகில் இருக்கின்றார். அதனால் அவரை எனக்கு நன்கு பிடித்திருக்கின்றது. தாய்நாட்டை தான் புரிந்த வகையிலும் புகலிட நாட்டை நாம் தெரிந்துகொள்ளும் வகையிலும் தன் சிறுகதைகளில் சித்தரித்துள்ளமை சிறப்பாகவுள்ளன. வலி என்ற சிறுகதையில் அறிமுகமாவது புதிய களமாகும். நமக்கு மாமிசமாகும் விலங்குகள் அதற்குரிய களத்தை அடையும் முன்னர் அவை அனுபவிக்கும் வலியை புலம்பெயரும் நம்மவரின் அனுபவத்துடன் ஒப்பிட்டுக் காட்டியிருப்பதும் அதனால் எடுக்கும் முடிவும் விதந்துரைக்கத் தக்கது. புலம்பெயர் நாடுகளில் வாழும் பிள்ளைகளுடன் வாழ நம்பிக்கையுடன் செல்லும் தாய் நாட்டுப் பெற்றோரின் நம்பிக்கையும் அவர்கள் பிள்ளைகளால் பந்தாடப்படுகின்ற யதார்த்தத்தையும் 'அம்மா எங்கே போகிறாய்?' என்ற சிறுகதையில் எடுப்பாகக் காட்டியுள்ளார். புலம்பெயர் நாடுகளுக்கு பெரும் நம்பிக்கைகளோடு போன நம் வயோதிபர்கள் பலர் சோகத்தோடு திரும்பி வந்தமைக்கான மெய்க் காரணத்தை நாம் அறிய வைத்துள்ளார். குடும்பவாழ்வின் சிறப்பினை ஒரு வயோதிப மாதின் உணர்வு மூலம் புரிய வைக்கின்ற நல்லதொரு சிறுகதையாக 'ரேடியோ பெட்டி' உள்ளது. அகிலின் இம்மூன்று கதைகளும் நமக்குப் பரிச்சயமற்ற அந்நியக் களத்தைக் காட்டுகின்றன. இத்தொகுதியிலுள்ள மிக யதார்த்தமானதும் சிறப்பானதும் நாம் அடிக்கடி பேசிக்கொள்வதோடு நின்றுவிடுவதுமான பிரச்னை

'பெரிய கல்வீடு' சிறுகதையில் காணலாம். ஈழத்தின் தீவுகளில் இன்று எரியும் பிரச்சினையாக ஆளில்லாத, யாழ்ப்பாணத்தில் சொகுசாக வாழப் பழகிவிட்ட சாதிமான்களின் கல்வீடுகள் வெற்றிடமாக உள்ளன. அப்பிரச்சினைக்குத் தீர்வாக பெரிய கல்வீடு என்ற சிறுகதையுள்ளது.

அகிலின் கதைகளில் பெரிதான உத்திகள் கையாளப்படவில்லை. சிறுகதைகளில் மூவகையான உத்திகள் கையாளப்படுகின்றன. தொடக்கம், வளர்ச்சி, முடிவு என்ற வரிமுறையில் சாதாரணமான ஒழுங்கு முறையில், தான் கருதிய கருவை விபரித்துவிடும் சிறுகதைகள் பலவுள்ளன. தன்னிலையாக அல்லது படர்க்கையாக அல்லது பாத்திரங்கள் வாயிலாக விபரித்தல், கடிதங்களை மூலமாகக் கொண்டு கடிதமூலம் கதையை விபரித்தல் இன்னொரு முறை உத்தி. இன்னொரு வகை உத்தி நனவோடை உத்தியாகும். தான் கண்டதை, உணர்ந்ததை, சொன்னதை வைத்து கருவோடு சம்பந்தப்பட்டவற்றை எண்ணுவது இதுவாகும். இந்த உத்தியில் கால நீட்சி கவனிக்கப்படுவதில்லை. அகிலின் சிறுகதைகளில் சாதாரண உத்தியே கையாளப்பட்டுள்ளது. தான் கருதிய கருவை ஒழுங்கு முறையில் விபரித்துள்ளார். கருவை நெகிழ்த்தாது கதையை விபரிக்கும் பாங்கு கதாசிரியருக்கு கைவந்துள்ளது. இந்த விபரணை முறைக்குக் கதாசிரியர் நல்ல கதை சொல்லியாக இருக்கவேண்டும். அந்தவகையில் மிகச் சிறந்த கதை சொல்லியாக அகிலுள்ளார். 'கூடுகள் சிதைந்தபோது' சிறுகதைகள் நல்ல கதை சொல்லியால் எழுதப்பட்டுள்ளன.

ஆசிரியரின் உரை நடை மிக எளிமையாகவும், இனிமையாகவும் இருக்கின்றது. அவரது உரைநடையில் ஓர் இலக்கிய அழகு காணப்படுகின்றது. தனக்கு அறிமுகமான பகைப்புலத்தை விபரிக்கும் போது அவர் எழுத்தில் தனி அழகும் தனிக் கம்பீரமும் வந்துவிடுகின்றது. ஆற்றொழுக்கான விபரணைகள் தனிச்சோபையைத் தருகின்றன. தனக்குப் பரிச்சயமில்லாத சூழலை ஆசிரியர் கற்பனை செய்து விபரிக்க முயலவில்லை. 'கூடுகள் சிதைந்தபோது' என்ற சிறுகதையில் ஆசிரியர் கையாளும் உரைநடை தனித்துவமானது.

அகிலின் சிறுகதைகளில் அறிமுகமாகும் 'நான்', 'மனைவி', 'மகள்', 'உறவினர்', 'நண்பர்' ஆகிய பாத்திரங்கள் செழுமையாகக் கையாளப்பட்டுள்ளன. முரண்பாடில்லாத பாத்திரங்கள். தம்மளவில் முழுமையானவை. 'அம்மா எங்கே போகிறாய்?' கதையில் வரும் வயோதிபப் பெண், 'பெரிய கல்வீட்டில்' வரும் மகாலிங்கம், தங்கம் 'இது இவர்களின் காலம் கதையில் வரும் பிரதீப், தீபா, 'தேடலில்' வரும் முரளி ஆகிய பாத்திரங்கள் யதார்த்தமான பாத்திரங்கள். நாம் சந்திக்க வேண்டியவர்கள். முரண்பாடில்லாமல் சிறுகதைகளில் நடமாடுகிறார்கள். பாத்திரப் படைப்பில் அகில் வெற்றி கண்டுள்ளார்.

நல்லதொரு சிறுகதையின் நேர்த்தியைக் கதாசிரியர் கையாளும் உவமைகளிலிருந்தும் சூழல் வருணனைச் சிறப்புகளிலிருந்தும் கலையழகு வாய்ந்த உரைநடையிலிருந்தும் முரண்பாடில்லாத பாத்திரங்களிலிருந்தும் புரிந்துகொள்ளலாம். இவ்வகையில் முதலிரண்டும் அகிலின் கதைகளில் அரிதாகவுள்ளன. ஆசிரியர் வருங்காலத்தில் கவனம் கொள்ள வேண்டியவை இவை.

நிறைவாக அகிலின் சிறுகதைகள் ஈழத்திலக்கியத்துக்கு பங்களிப்பு செய்வன.

கலாநிதி.க.குணராசா (செங்கை ஆழியான்)
தலைவர், **யாழ். இலக்கிய வட்டம்**

75/10 பிறவுன் வீதி,
நீராவியடி
யாழ்ப்பாணம்.
06-04-2011

அணிந்துரை

'சிறுகதை' என்ற இலக்கிய வகையானது நடைமுறை வாழ்க்கையின் அன்றாட அனுபவங்கள் சார்ந்த உணர்வுக் கோலங்களை மையப்படுத்தி உருவான கட்டிறுக்கமான ஒரு கலைவடிவமாகும். வாழ்வியல் தொடர்பான குறித்த ஒரு அனுபவநிலை அல்லது உணர்ச்சி அம்சமே அதன் உள்ளடக்கமாக அமைதல் அவசியம். அதனை சிந்தாமற் சிதறாமல் வளர்த்தெடுத்து நிறைவு செய்வதே அவ்வடிவத்தின் படைப்பாக்கச் செயன் முறையாகும். சிறுகதை பற்றி இலக்கியவியலார் தந்துள்ள பொது வரைவிலக்கணத்தின் முக்கிய அம்சங்கள் இவை.

சிறுகதைகள் உட்பட பொதுவாக கலை இலக்கிய வகைகள் பற்றிய தர மதிப்பீட்டிலே இரு முக்கிய அம்சங்கள் கவனத்தைப் பெறுகின்றன. ஒன்று, அவற்றின் உள்ளடக்க அம்சங்களின் 'சமூகமுக்கியத்துவம்', அதாவது 'குறித்த ஆக்கம் முன்னிறுத்தும் உணர்வியல் அம்சம் சமூகத்தின் கவனத்துக்கு வரவேண்டிய அளவுக்கு முக்கியத்துவமுடையதா?' என்ற வினாவை மையப்படுத்திய பார்வை இது. இன்னொன்று, குறித்த படைப்பானது கலையாக்கமாகக் கட்டமைக்கப்படும் முறைமையிலுள்ள சிறப்பாகும். சிறுகதை பற்றிய இந்த முற்குறிப்புடன் திரு. அகில் அவர்களின் இக்கதைத் தொகுப்பில் அடிபதிக்கிறேன்.

அகில் என்ற படைப்பாளி :

திரு சாம்பசிவம் அகிலேஸ்வரன் (அகில்) அவர்கள் ஈழத்திலிருந்து புலம்பெயர்ந்து கனடா மண்ணில், சூழலில் வாழ்பவர். ஒரு இலக்கியவாதி என்றவகையில் திரு அகில் அவர்கள் புனைகதையாளராகவும் ஊடகவியலாளராகவும் அறியப்பட்டவர். கனடா தமிழ்ச் சூழலின் தமிழிலக்கியச் செயற்பாடுகளுடன் தன்னை நெருக்கமாக இணைத்துக்கொண்ட இவர் ஈழம், தமிழகம் ஆகிய நாடுகளின் இலக்கியச் சூழல்களுடனும் நெருக்கமான தொடர்புகளைப் பேணிநிற்பவர். இவற்றுக்கு மேலாக அவுஸ்திரேலியா முதலிய ஏனைய புலம்பெயர்நாடுகளின் தமிழிலக்கியச்சூழல்களுடனும் தொடர்புகொண்டு செயற்பட்டுவருபவர். Tamilauthors.com என்ற இணையதள அமைப்பினூடாகத் தமிழ் இலக்கியவுலகை இணைத்துநிற்பவருங்கூட.

இவருடைய ஆக்கங்களாக **திசைமாறிய தென்றல்**(2000), **கண்ணின்மணி நீயெனக்கு**(2010) ஆகிய நாவல்கள் நூலுருப் பெற்றுள்ளன. இவர் எழுதிய சிறுகதைகள் பல தமிழகம், ஈழம் மற்றும் புலம்பெயர் சூழல்களின் தமிழிதழ்களில் அச்சேறியுள்ளன. இவற்றுள் குறிப்பிடத்தக்கதொகையானவை இலக்கியப் போட்டிகளில் பரிசுகளை ஈட்டியவையுமாகும். (குறிப்பாக, இத்தொகுப்பில் இடம்பெறும் **கூடுகள் சிதைந்த போது** என்ற இவருடைய சிறுகதையானது ஈழத்தில் வெளிவரும் ஞானம் இதழின் சிறுகதைப்போட்டியில் முதற்பரிசு பெற்றதாகும்). இவ்வாறாக இவரால் எழுதப்பட்ட பல கதைகளுள் தேர்ந்தெடுக்கப்பட்ட ஒரு தொகுதிக்கதைகளின் தொகுப்பு இது.

இத் தொகுப்பிலுள்ள சிறுகதைகளின் உள்ளடக்கங்களும் எடுத்துரைப்பு முறையும்:

இத் தொகுப்பிலுள்ள 14 கதைகளில் **கிறுக்கன்** மற்றும் **அண்ணா நகரில் கடவுள்** ஆகிய இரண்டைத்தவிர ஏனைய கதைகள் வாழ்வியல் சார் நேரடிப் பிரச்சினைகள் சார்ந்தவை. **கிறுக்கன்** என்ற கதை வளர்ப்புப் பிராணிகளிடம் நிலவும் பாசத் தொடர்பு பற்றிய பரிவுணர்வின் வெளிப்பாடாகும். பொதுவான சமூக முரண்பாடுகள்

பற்றியதான அண்ணா நகரில் கடவுள் என்ற கதை இறை பற்றிய கருத்தியல் சார்ந்த ஒரு அங்கதநிலை விமர்சனமாக அமைவதாகும்.

வாழ்வியல்சார் நேரடிப் பிரச்சினைகள் சார்ந்த ஏனைய 12 ஆக்கங்களில், **கண்ணீர் அஞ்சலி**, **பதவி உயர்வு** மற்றும் **கூடுகள் சிதைந்தபோது** ஆகிய மூன்று ஆக்கங்கள், ஈழத்தின் போராட்டச் சூழல் சார்ந்தவையாகும்.

கடந்த ஆண்டின் வன்னிப் போர்ச்சூழலில் உயிர்காக்கும் மருத்துவப் பணியில் ஈடுபட்டிருந்த நிலையில் மருத்துவத் துறையினரின் மாண்பை நம் கண்முன் நிறுத்துவது **கண்ணீர் அஞ்சலி** கதை. புலம் வாழ்வில் கிடைக்கக்கூடிய எதிர்கால நலன்களை புறக்கணித்துத் தாய்மண்ணுக்காகத் தன்னை அர்ப்பணித்த 'தியாகத்திருவுரு'வான ஒரு மருத்துவ அதிகாரியின் குணநலன்களின் சித்திரமாக இக்கதை வடிவுகொண்டுள்ளது. தாய்மண்ணுக்காகத் தமது எதிர்கால நலன்களை மட்டுமன்றிக் காதலைக்கூடத் தியாகம் செய்தவராக இவர் இக்கதையில் சித்திரிக்கப்பட்டுள்ளார்.

மேற்படி போர்ச்சூழலில் முள்ளிவாய்க் காலிலிருந்து வவுனியா நோக்கித் தப்பிவரும் சூழலில் குண்டுவீச்சுக்குத் தனது மனைவியைப் (வயிற்றிலிருந்த பிள்ளையுடன்) பறிகொடுத்துவிட்டுப் புலம்பெயர்ந்த ஒரு இளங்கணவனின் துயர நினைவலைகளின் பதிவு **கூடுகள் சிதைந்தபோது** கதை. இந்த ஆக்கம் மேற்படி போராட்டச் சூழல் சார்ந்ததேயெனினும் அது தொடர்பான நினைவலைகள் கனடா மண்ணிலிருந்து மீட்கப்படுகின்றன என்ற வகையில் புலம்பெயர்வுடனும் தொடர்புடையதாகிறது.

மேற்படி போர்ச்சூழலில் தமிழரை அழிக்கும் பணியில் ஈடுபட்ட சிங்களக் கடற்படைத் தளபதியொருவரின் பாச உணர்வுசார் மனச்சான்றின் பதிவாக அமைவது **பதவியுயர்வு** கதை. அழிப்புத் தொழிலில் புகழ்வெறியோடியங்கும் தந்தையும், அவருக்கு நேரெதிரான நிலையில் தமிழ் நண்பனொருவனுடைய உயிர்காக்கும் பணியில் உயிர் நீத்த மகனும் என்ற இருவேறுபட்ட குணச்சித்திரங்களை முன்னிறுத்தி இக்கதை வளர்த்தெடுக்கப்

படுகிறது. தொழிலில் புகழ்வெறியோடியங்கிய தந்தைக்கு அவருடைய பணியைக் கௌரவித்து அரசாங்கம் பதவியுயர்வையும் பதவிநீட்டிப்பையும் வழங்க முன்வருகின்றது. ஆனால் மகனை இழந்த சோகத்தின்முன்னே அப்பெருமைகள் அர்த்தமற்றுப் போவதை அத்தந்தை உணர்கிறார் என்பதுடன் கதை நிறைவுறுகிறது. இனப்பகை என்ற உணர்வுக்கு மேலாக மானுடநேயத்தை முன்னிறுத்தும் தொனிப்பொருள் கொண்ட ஆக்கம் இது.

ஏனைய கதைகளில் ஒரு வகையின புலம்பெயர் சூழலின் தளத்தில் நின்றவாறே தாயக மண் சார்ந்த பண்பாட்டம்சங்களின் 'நினைவு மீட்பு'களாகவும் அவை தொடர்பான 'விமர்சனங்'களாகவும் அமைவன. **பெரிய கல்வீடு, வெளியில் எல்லாம் பேசலாம்** ஆகிய கதைகள் இவ்வகையின. **பெரிய கல்வீடு** கதையானது அம்மண்ணின் சொத்துடைமையுணர்வு மற்றும் சாதியம் என்பவைசார் மனோபாவங்களைப் பற்றிய ஒரு விமர்சனமாகும்.

குடும்பநிலையைப் பேணும் சமூக அமைப்பிலே சொத்துடைமையுணர்வு மற்றும் சமூக அந்தஸ்துணர்வு என்பவற்றின் முக்கிய குறியீடாகத் திகழ்வனவற்றுள் ஒன்று வீடு எனப்படும் வாழ்வியல் தளம் ஆகும். ஈழத்தமிழர் சமூகத்திலே - குறிப்பாக யாழ்ப்பாணப் பிரதேசச் சமூகக் கட்டமைப்பிலே - அது இவ்வாறான உடைமைக் குறியீடாகவும் சமூக அந்தஸ்துணர்வுக் குறியீடாகவும் திகழ்கின்றமையை நாம் அறிவோம். இவற்றுக்கு மேலாக, ஒரு குடும்பமானது தனது சாதியம் சார்ந்த தனித்துவத்தைப் பேணிக்கொள்வதற்கான தளமாகவும்கூட யாழ்ப்பாணப் பிரதேசச் சூழலின் வீடு திகழ்கின்றதென்பதும் இங்கு நமது சிந்தனைக்குரிய குறிப்பிடத்தக்க சமூக அம்சமாகும். இவ்வாறான வீடு என்ற தளத்தை மையப்படுத்திய உணர்வுக் கோலங்கள் இக்கதையில் மறுமதிப்பீட்டுக்கு உள்ளாகின்றன. 'உறவுகளைப் பேணுவதைவிட உடைமைகளில் உரிமை கொண்டாடுவதையே முதன்மைப்படுத்தும் மனோபாவம்' என்ற மைய இழையிலே சாதிசார் தீண்டாமையுணர்வை ஊடுபாவாக்கி இந்த மறுமதிப்பீடு இங்கு

நிகழ்த்தப்பட்டுள்ளது. போர்க்கால இடப்பெயர்வுச்சூழலை மையப்படுத்திய கதையம்சம் மேற்படி மறுமதிப்பீட்டுக்கு மிகப் பொருத்தமாக அமைந்துள்ளது. புலம்பெயர்ந்துறையும் வாழ்வியற்சூழல் தந்த மனவிரிவுக் கூடாக ஆசிரியர் இக்கதையம்சத்தை கட்டமைத்து அணுகியுள்ள முறைமையும் பொருத்தமாக உளது.

வெளியில் எல்லாம் பேசலாம் என்ற கதையில் சாதியம் என்ற அம்சமே மையப்பொருளாகிறது. கதையின் நிகழிடம் யாழ்ப்பாணம் அல்ல. புகலிட - கனடா - மண் ஆகும். இங்கும் உணர்வுநிலையில் யாழ்ப்பாண மண்ணின் பாகுபாட்டுப் பார்வைகளின் தாக்கம் இன்னும் தொடர்கிறது என்பது சமூக யதார்த்தம். இதுபற்றிய விமர்சனமே இவ்வாக்கம். புதிய பல்லினப் பண்பாட்டுச் சூழலிலே எம்மவர் பலர், 'சமூக சமத்துவ சிந்தனை', 'முற்போக்குப் பார்வை' என்பனவாக எவ்வளவுதான் வெளியே பேசினாலும் குடும்ப உறவுநிலைகளில் தாயகமண்ணின் குறுகிய பார்வை வட்டத்துக்குள் நின்றுதான் இயங்குகின்றனர் என்பதை, இக்கதையூடாக ஆசிரியர் முரண்சுவைபட உணர்த்த முற்பட்டுள்ளார்.

ஏனைய கதைகள் புகலிட வாழ்வின் புதுவகைப் பண்பாட்டுச் சூழல்களுடன் இசைவாக்கம் பெறுவதான நிலைகளில் எதிர்கொள்ளும் உணர்வுத் தாக்கங்கள் சார்ந்து வெளிப்பட்டனவாகும். இவற்றுட்சில சமூக விமர்சனங்களாகவும் அமைந்துள்ளன. **அம்மா எங்கே போகிறாய்?, இது இவர்களின் காலம், ஓர் இதயத்திலே...., வலி, உறுத்தல்** மற்றும் **தேடல்** ஆகிய கதைகள் இவ்வகையில் குறிப்பிடத்தக்கன.

புகலிட வாழ்வியல் ஏற்படுத்தும் உணர்வுத் தாக்கங்களில் முக்கியமானவை பெற்றோருக்கும் பிள்ளைகளுக்குமிடையிலான பாசப்பிணைப்பு தொடர்பானவையாகும். இவற்றுளொன்று முதியவர்கள் ஆகிவிட்டநிலையில் 'சீனியர் ஹோம்' என்ற விடுதிக்கு அனுப்புவதான நடைமுறை சார்ந்தது. இது குடும்ப உறவுநிலையில் எத்தகு ஆழமான தாக்கத்தை ஏற்படுத்திவருகின்றது என்பதை அகில்

அவர்கள் **உறுத்தல்** மற்றும் **அம்மா எங்கே போகிறாய்?** ஆகிய கதைகள் மூலம் நமது கவனத்துக்கு இட்டுவருகிறார்.

வீட்டுப் பணிகளுக்குப் பயன்படாத அளவுக்கு முதுமையடைந்த பெற்றோரை முதியோரில்லத்துக்கு அனுப்ப முற்படுவதான ஒரு சராசரி குடும்பக் காட்சி **உறுத்தல்** கதையில் இடம்பெறுகிறது. முதலில் இத்தீர்மானத்தை மேற்கொண்ட அக்குடும்பத்தினர் இறுதிக் கட்டத்தில் அத்தீர்மானத்திலிருந்து மனம் மாறுகின்றனர் என்பதன் மூலம் பாசமும் பற்றும் இன்னமும் இங்கு (கனடாவில்) முழுதாக வற்றிவிடவில்லை என்பதை அகில் அவர்கள் காட்ட விழைந்துள்ளமை தெரிகிறது. மேற்படி மனமாற்றம் நிகழ்வதற்குக் குழந்தையொன்றின் கேள்வியொன்றை அவர் நுட்பமாகப் பயன்டுத்தியுள்ளார்.

"அப்பம்மா! அம்மாவுக்கும் அப்பாவுக்கும் உங்களை மாதிரி வயசானபிறகு நானும் அவையள இங்கதான் கொண்டுவந்து சேர்க்கவேணும் என்ன?"

என்ற அந்த வினா அவர்களின் உள்ளத்தில் அடைபட்டுக்கிடந்த பாசத்தின் ஊற்றுக்கண்ணைத் திறந்துவிடுகின்றது என்பதாக இக்கதையை நிறைவுக்கு இட்டுவிடுகிறார், அவர்.

பிள்ளைகள் இருவரின் முரண்பாடுகளுக்கிடையில் சிக்கித் தவிக்கும் ஒருதாய் தானே தேர்ந்துகொண்ட முடிவாக அமைகிறது **அம்மா எங்கே போகிறாய்?** கதை காட்டும் 'சீனியர் ஹோம்' வாழ்வு. இங்கு பிள்ளைகளின் முரணுக்கான அடிப்படையாக அமைவது கனடாச் சூழலின் பொருளியல் தேவைகளாகும். குடும்பச் செலவுகளைச் சமாளிப்பதற்குத் தாயின் ஓய்வூதியப் பணத்தில் உரிமை கொண்டாடும் பிள்ளைகளின் எதிரெதிர் நிலைப்பாடுகள் தாயுள்ளத்தில் விளைவித்த தாக்கத்தின் அடிப்படையிலான முடிவாகவே இங்கு 'முதியோரில்ல வாழ்வுத் தேர்வு' காட்டப்படுகிறது. பொருளியல் சார் நிர்ப்பந்தங்களும் நெருக்குதல்களும் பாசப்பிணைப்பை அர்த்தமற்றதாக்கிவிடுகிறது என்பதான சமூக யதார்த்த அம்சமே இக்கதையின் தொனிப்பொருளாகும். 'முதியோரில்ல வாழ்வுத்தேர்வு' என்பது ஒரு மாற்றுத் தீர்வு - மாற்றுவழி - என்ற வகையிலேயே இக்கதையில் முன்வைக்கப்

படுகிறது. அதுகூட முழுமனதோடு அல்லாமல் ஒரு தற்காலிக முடிவாகவே மேற்கொள்ளப்பட்டது என்பதைக் கதையின்,

"என்றாவது ஒருநாள் தன்னை அழைத்துச்செல்ல தன்னுடைய மகனும் மகளும் வருவார்கள் என்ற நம்பிக்கையுடன் அவர்களுக்காகக் காத்திருக்கிறாள் விசாலாட்சி"

என்ற நிறைவு வாசகம் மூலம் உணர்த்திவிடுகிறார் ஆசிரியர்.

பாசப்பிணைப்பு தொடர்பான மற்றொரு அம்சம் பிள்ளைகளின் திருமண உறவு தொடர்பான நடைமுறைகளில் பெற்றோரின் உணர்வுசார் பங்கு தொடர்பானதாகும். பெற்றோரின் உளப்பூர்வமான சம்மதத்துடனும் சமூக அங்கீகாரத்துடனுமான திருமண நிகழ்வுகளின் பின்னரே ஆண்-பெண் இணைந்து வாழ்வதென்பது தமிழரின் பாரம்பரிய நடைமுறையாகும். இவற்றை மீறி, பெற்றோர் சம்மதத்துக்கு உரிய வாய்ப்புகள் வழங்காமல் வாழ்க்கைத் துணைகளைத் தாமாகவே தேர்ந்தெடுத்தல், திருமணமாகாமலே கூடிவாழ்ந்து ஒருவரையொருவர் புரிந்துகொள்ள முயலல் என்பனவாக இளைய தலைமுறையினரிடத்தில் உருவாகிவரும் நடைமுறைகள் பெற்றோரையும் உற்றோரையும் பெருமளவு மனரீதியில் பாதிக்கின்றன. இப்பிரச்சினையை அகில் அவர்கள் **இது இவர்களின் காலம்** என்ற கதை மூலம் நமது கவனத்துக்கு முன்வைக்கிறார். கனடாச் சூழலில் பெற்றோர் பலரின் பெருமூச்சுகள் இக்கதை மூலம் நமது செவிப்புலனில் பதிகின்றன. 'முதிய தலைமுறையானது கால மாற்றங்களை அநுசரித்துச் செல்லத் தன்னைத் தயாராப்படுத்திக்கொள்ள வேண்டும் என்பதும் அது தவிர, அத்தலைமுறைக்கு மாற்றுவழி எதுவும் இல்லை என்பதுமே இக்கதையின் தொனிப்பொருள் அம்சமாகும்.

புகலிட வாழ்வியலில் தமிழர் எதிர்கொள்ளும் முக்கியப் பண்பாட்டுநிலைச் சிக்கல்களிலொன்று பாரம்பரிய குடும்ப அமைப்பானது, கட்டிறுக்கம் குறைந்து சிதைவுறும் நிலையாகும். மிதமிஞ்சிய பண வரவு, குடி, ரேஸ் முதலிய தீய பழக்கவழக்கங்கள் ஆகியன இவ்வாறான சீரழிவு நிலைமைகளை நோக்கி வழிநடத்துவனவாக உள்ளன. இவற்றுக்கு மேலாக,

இந்நிலைமைகளுக்கான அடிப்படைக்காரணியாக அமைவது வாழ்க்கைத்துணையாக அமைபவர்களின் மனம் பொருந்தாநிலை ஆகும். இந்நிலைமைகளை நோக்கி நமது கவனத்தை ஈர்க்கிறது **தேடல்** கதை. நண்பனொருவனுடைய வாழ்வின் சீரழிவுநிலை பற்றிய பார்வையாக அகில் அவர்கள் இக்கதையை நம்முன் வைத்துள்ளார்.

காலஞ்சென்ற கணவனின் குரலொலியில் அவரை தன்நினைவில் பேணும் ஒரு மனைவியின் உணர்வுநிலையின் பதிவாக அமைவது **ரேடியோப் பெட்டி** என்ற கதை. இங்கே **ரேடியோப் பெட்டி** கணவன் மனைவியுறவின் ஒரு குறியீடாக அமைகிறது. கணவன் மனைவியுறவில் புறநிலையிற் புலப்படும் முரண்களுக்கு நேரெதிராக அகநிலையில் அமைந்திருக்கவேண்டிய அன்பை அழுத்திப் பேசுவது, வலியுறுத்தி நிற்பது **ஓர் இதயத்திலே** கதை. இவ்விரண்டுகதைகளும் பாரம்பரிய குடும்ப உறவின் புனிதம் பற்றியன என்றவகையில் பண்பாட்டுணர்வின் வெளிப்பாடுகளாக அமைவன.

புலப்பெயர்வுக்கான பயணங்களின் துன்பியல் அநுபவங்களி லொன்று நினைவில் மீட்கும் படைப்பாக **வலி** என்ற கதை அமைந்துள்ளது.

இக்கதைகள் பலவற்றிலும் ஆசிரியர் தாமே ஒரு முக்கிய பாத்திரமாக அமைவதால் பிரச்சினைகள் நேரடி அநுபவங்களாக முன்னிறுத்தப்படுகின்றன. இவ்வாறு 'தான்கலந்து' நிற்கும் எடுத்துரைப்பு முறைமையானது பிரச்சினைகளின் 'மெய்ம்மை'க்கு வலுவூட்டுவதாகும்.

நிறைவாக:

இத் தொகுப்பிலமைந்த கதைகளிற் பலவும் சமகால - கடந்த சில ஆண்டுகள் சார்ந்த, சமூகப்பிரச்சினைகள் சார்ந்த உணர்வோட்டங்கள் மற்றும் அநுபவங்கள் என்பவற்றின் பதிவுகளாக அமைந்தமை வெளிப்படை. ஈழத் தமிழர்கள் - குறிப்பாகப் புலம்பெயர் தமிழர்கள் - சமகாலத்தில் எதிர்கொள்ளும் பிரச்சினைகள் பலவற்றை இவை

நமது கவனத்துக்கு இட்டு வந்துள்ளன. இப்பிரச்சினைகள் சமூகமுக்கியத்துவமுடையன என்பதை இக்கதைகளை வாசிப்போர் உணர்வர். இக்கதைகள் பலவற்றின் ஊடாகவும் அகில் அவர்கள் தமது சமகால சமூகநோக்கை இயன்றவரை நமக்குப் புலப்படுத்தியுள்ளார். சில கதைகளில் தமது விமர்சனங்களையும் அவர் தெளிவாகவே பதிவு செய்துள்ளார்.

சிறுகதைக்குரிய கட்டமைப்பு முறைமையிலும் சில கதைகள் குறிப்பாக, பெரிய கல்வீடு, வெளியில் எல்லாம் பேசலாம் , அம்மா எங்கே போகிறாய், இது இவர்களின் காலம் மற்றும் தேடல் என்பன ஓரளவு சிறப்பாக உருவாக்கம் பெற்றுள்ளன என்றே நான் கருதுகிறேன். எனினும் இத்தொடர்பில் அகில் அவர்கள் இன்னும் தனது புனைதிறனைச் செப்பனிட்டுக்கொள்ள இடம் உள்ளது என்பதே எனது கருத்தாகும். இது அவருடைய முதல் தொகுதி. இனிவரும் தொகுதிகளில் அவர் இன்னும்பல பரிமாணங்களை எய்தக் கூடியவர் என்பதை இக்கதைகளுடாக என்னால் உணர்ந்துகொள்ள முடிகிறது.

ஈழத்துத் தமிழ் இலக்கியம் கடந்த ஒரு தலைமுறைக் காலத்தில் எய்தியுள்ள புதிய 'நீட்சி'யாக அமைவது 'புலம்பெயர் இலக்கியம்' என்ற புதிய வகைமை. இப்புது வகைமையின் வரலாற்றை முன்னெடுக்கும் ஒரு புதுவரவாக அகில் அவர்களின் இத்தொகுதி அமைகின்றது. இதனைத் தமிழ் இலக்கிய உலகம் வாழ்த்தி வரவேற்கும் என்பது எனது நம்பிக்கை.

நண்பர் அகில் அவர்களது இலக்கியப்பயணம் சிறப்புடன் தொடரவேண்டும் என்ற வாழ்த்துடன் இந்த அணிந்துரையை நிறைவுசெய்கிறேன்.

கலாநிதி. **நா.சுப்பிரமணியன்**

கனடா.

24-05-2011

என்னுரை

படைப்பிலக்கியம், ஆன்மீகம் என்று இருவேறு தளங்களில் பயணித்துக் கொண்டிருந்த நான் பின்னர் படைப்பிலக்கியப் பாதையே எனக்குரிய சரியான பாதை என்பதைப் புரிந்துகொண்டு நாவல், சிறுகதைகள் எழுதுவதில் முனைப்புக் கொண்டேன். ஆரம்பத்தில் கவிதை எழுதுவதில் எனக்கிருந்த ஆர்வம் படிப்படியாக புனைகதை உலகை நோக்கிப் பயணிக்கத் தொடங்கியது. அதன் வெளிப்பாடாக நாவல், குறுநாவல்கள் சிலவற்றை எழுதினேன். அண்மைக் காலமாக சிறுகதை படைப்பதில் எனது கவனம் திசை திரும்பியது. எனது உள்ளப் பதிவுகளையும், பாதிப்புகளையும் வெளிக்கொண்டு வருவதற்கு சிறந்த ஊடகமாக சிறுகதை எனக்குள் வசமானது. கடந்த சில வருடங்களாக நான் எழுதிய சிறுகதைகளில் தேர்ந்த பதினான்கு சிறுகதைகளைத் தொகுத்து இந்த 'கூடுகள் சிதைந்தபோது' என்ற சிறுகதைத் தொகுப்பை உங்கள் வாசிப்பிற்குச் சமர்ப்பிக்கிறேன்.

ஈழத்திலிருந்து வெளிவருகின்ற பத்திரிகைகள், சஞ்சிகைகளிலும் கனடாவில் இருந்து வெளிவருகின்ற பத்திரிகைகள், சஞ்சிகைகளிலும், இணைய இதழ்களிலும் நான் எழுதிய சிறுகதைகள் இதில் இடம்பெறுகின்றன. இவற்றில் சில பரிசுபெற்ற சிறுகதைகள். ஈழத்திலிருந்து வெளிவருகின்ற 'ஞானம்' சஞ்சிகையில் சென்ற ஆண்டு 'வேர்கள்...?' என்ற தலைப்பில் பிரசுரமான சிறுகதையை 'வெளியில் எல்லாம் பேசலாம்' என்று பெயர் மாற்றம் செய்திருக்கிறேன்.

சமகால வாழ்வில் என்னைப் பாதித்த சம்பவங்கள், நான் எதிர்கொண்ட பிரச்சினைகள், புலம்பெயர் வாழ்வில் என்னைச் சூழ இருக்கின்ற மாந்தர்கள், அவர்களுடைய சங்கடங்கள்... இவைகளே என் கதைகள்.

பொதுவாக எழுத்தாளன் என்பவன் தன்னைச் சுற்றி நடக்கும் ஒவ்வொரு சின்னச் சின்ன விடயத்தையும் உன்னிப்பாக அவதானிக்கும் இயல்பு கொண்டவனாக இருக்க வேண்டும். அவனே சிறந்த எழுத்தாளனாக இருக்க முடியும். பிரபல எழுத்தாளர் தி.ஐ.ரங்கநாதன், சிறுகதைகள் பற்றிக் குறிப்பிடும்போது இவ்வாறு கூறுகிறார்.

“சிறுகதை எழுதுவதற்கு நல்ல கரு வேண்டும். நல்ல கரு வேண்டும் என்றால் நீங்கள் வீதியில் இறங்கி நடவுங்கள். உங்களுக்கு நிறைய கதைக்கருக்கள் கிடைக்கும்” என்று கூறியிருக்கிறார். மக்களோடு மக்களாகக் கலந்து, அவர்களுடன் உறவாடும் போதும், அவர்களை உன்னிப்பாக அவதானிக்கும்போதும் ஒரு சுழற்காற்றாய், சூறாவளியாய் நம் இதயத்தில் பல கதைகள் மையம் கொள்ளும்.

புலம் பெயர்ந்த தமிழர்களைப் பொறுத்தவரை, புலம்பெயர்ந்து பல்வேறு நாடுகளில் விழுதுவிட்டாலும் அவர்களின் வேர்கள் இன்னும் என்னவோ தாயகத்தில்தான். நான் பிறந்து வளர்ந்தது, படித்தது, நண்பர்களோடு சுற்றித்திரிந்தது எல்லாம் ஈழமண்ணில்தான். அந்த நினைவுகள் என்றும் எனது அடிமனத்தின் ஆழத்தில் உறைபனிபோல் உறங்கிக் கொண்டிருக்கும்.

அந்த மண்ணின் போர்ச்சூழலை, அதன் பாதிப்புக்களை, இடம்பெயர்வுகளை அனுபவிக்காத ஈழத்தமிழன் யாரும் இருக்கமுடியாது. அங்கு வசிக்க முடியாத சூழலில் புலம் பெயர்ந்தோம். எனது உடன்பிறப்புகள், உறவினர்கள், அயலவர்கள், ஊரவர்கள், எனக்குப் படிப்பித்த ஆசிரியர்கள், என்னுடன் படித்த நண்பர்கள் இன்னும் அந்த மண்ணில்தான் இருக்கிறார்கள். அவர்களுக்கு ஒரு துன்பம் என்னும்போது அது நிச்சயம் என்னை பாதிக்கவே செய்கிறது. நெஞ்சு பொறுக்க முடியாமல் அவை கதைகளாய், கவிதைகளாய்ப் பிரசவிக்கின்றன.

முள்ளிவாய்க்காலில் போரின் கொடூரத்தை அனுபவித்து, தன் உறவுகளை இழந்து, பின் ஏதோ ஒரு வழியில் வெளிநாடு ஒன்றிற்கு புலம்பெயர்ந்த ஒரு மனிதனையும், அவனைத் துரத்திக் கொண்டிருக்கும் கொடூர யுத்தத்தின் நினைவுகளையும் எனது, 'கூடுகள் சிதைந்தபோது...' கதையில் சித்தரித்திருக்கிறேன். அண்மைக்காலமாகப் பல புலம்பெயர்ந்த தமிழர்களும் அவனைப் போலவே ஒரு மனவுளைச்சலோடுதான் வாழ்ந்து கொண்டிருக்கிறார்கள்.

ஏன் இன்றும் எங்கள் கனவுகளில் ஷெல்கள் வெடித்துச் சிதறவில்லையா? கிபீர் விமானங்கள் எங்கள் வீட்டுக் கூரைகளின்மீது குண்டுமழை பொழியவில்லையா? இராணுவம் பின்னால் துரத்துகின்ற அச்சத்தோடு வியர்க்க விறுவிறுக்க, உடல்நடுங்க, நாவறண்டு நடுச்சாமத்தில் எழுந்து உட்காரவில்லையா?

அது களவுலகானாலும் சரி, கண்டங்கள் தாண்டிய புலம்பெயர் நாடானாலும் சரி போரின் பாதிப்புகள் தமிழனை விட்டு நீங்கிவிட்டதாகச் சொல்லமுடியாது. இன்னொரு ஜன்மம் எடுத்தாலும் அந்தக் கொடூரங்களை மனவிடுக்குகளில் இருந்து அழிக்கமுடியுமா என்பது சந்தேகமே. அதன் பதிவுகள் தவிர்க்க முடியாதவை.

எனது இச்சிறுகதைத் தொகுப்பிற்கு முன்னுரை வழங்கிய பேராசிரியர் கா.சிவத்தம்பி அவர்களுக்கும், அணிந்துரைகள் வழங்கிய கலாநிதி க.குணராசா (செங்கை ஆழியான்), கலாநிதி நா.சுப்பிரமணியன் ஆகியோருக்கும் என்னுடைய நன்றி. அத்தோடு இக்கதைகளை உரிய முறையில் மெய்ப்புப் பார்த்து உதவிய கலாநிதி அ.கணபதிப்பிள்ளை அவர்களுக்கும் எனது நன்றி.

(இந்த நன்றியுரையை நேற்று எழுதி நிறைவு செய்திருந்தேன். இன்று ஒரு சோகமான செய்தி என் நெஞ்சைத் தாக்கியது. பேராசிரியர் கா.சிவத்தம்பி இன்று (06.07.2011) மாரடைப்பினால் காலமான செய்தியது. பேராசிரியர் உடல்நிலை சரியில்லாத நிலையிலும் மறுப்பொன்றும் கூறாமல், ஒருவர் வாசித்துக்காட்ட கதைகளை அவர் செவிமடுத்த நிலையில் எனக்கு இந்த முன்னுரையைத் தந்திருந்தார். அவர் நூலொன்றிற்குக் கடைசியாக வழங்கிய முன்னுரை என்னுடைய 'கூடுகள் சிதைந்த போது' தொகுப்பிற்காகத்தான்

என்பதில் என்னுள் பெருமிதமும், அதே சமயம் இத்தொகுப்பு நூலுருப் பெறும் முன்னமேயே அவர் மறைந்துபோனது மிகுந்த மனவேதனையையும் தருகிறது. அவருக்கு என்றென்றைக்கும் நான் நன்றி செலுத்தக் கடமைப்பட்டவன். எனது கதைகளை வாசித்துவிட்டு "நான் எதிர்பார்த்ததைவிட கதைகள் நன்றாக இருக்கிறது" என்று என்னை மனமாரப் பாராட்டினார். அந்த வார்த்தைகள் இன்னும் என் செவியில் ஒலித்துக்கொண்டிருக்கிறது. இந்த என் நூலை அவரது கைகளில் சமர்ப்பித்து ஆசி பெற எண்ணியிருந்தேன். அந்த பாக்கியம் எனக்குக் கிட்டாமலேயே போய்விட்டது. பேராசிரியருடைய இழப்பு தமிழ் உலகிற்கு ஈடுசெய்யமுடியாத இழப்பு. அவருடைய ஆத்மா சாந்தியடைய இறைவனைப் பிரார்த்திக்கிறேன்.)

எனது கதைகளைப் பிரசுரித்த மல்லிகை, ஞானம், காற்றுவெளி, உயிரோசை, கூர் ஆகிய சஞ்சிகைகளுக்கும், தினக்குரல், வீரகேசரி, கனடா உதயன், செந்தாமரை, கனடா ஈழநாடு பத்திரிகைகளுக்கும், இணைய இதழ்களுக்கும் எனது நன்றி.

இந்நூலை சிறப்பான முறையில் பதிப்பித்த வம்சி பதிப்பக ஷைலஜா அவர்களுக்கும், அட்டைப் புகைப்படத்தை வாழ்வியல் பிரதிபலிப்பாக தந்த பினுபாஸ்கர் அவர்களுக்கும், என் புகைப்படத்தை எடுத்த சேலம் சண்முகவேலுவிற்கும் வடிவமைப்பு பதிப்பன்ன பணிகளில் சிறப்பாகச் சேர்ந்துழைத்த வம்சி பதிப்பகத்தின் நண்பர்களுக்கும் எனது நன்றி. இக்கதைகளை வாசித்து எனக்கு தங்கள் விமர்சனங்களை, கருத்துகளை வழங்கவிருக்கும் வாசகர்களாகிய உங்களுக்கும் எனது மனம் நிறைந்த நன்றி.

இக்கதைகளை வாசிக்கும்போது உங்கள் இதயத்தின் ஏதாவது ஒரு மூலையில் சிறியதாய் ஒரு சலனம் ஏற்பட்டால் அதுவே என் படைப்பின் வெற்றி. உங்களின் பெருமூச்சிற்காய், உங்களின் விம்மலுக்காய், உங்களின் ஆசுவாசத்திற்காய், உங்கள் இதயத்தின் துடிப்பிற்குமாய்......

பிரியமுடன்

அகில்

உள்ளே.....

1. வலி – 35
2. அம்மா எங்கே போகிறாய்? – 46
3. பதவி உயர்வு – 58
4. ரேடியோப்பெட்டி – 67
5. பெரிய கல்வீடு – 78
6. கண்ணீர் அஞ்சலி – 96
7. கிறுக்கன் – 107
8. இது இவர்களின் காலம் – 116
9. கூடுகள் சிதைந்தபோது – 130
10. ஓர் இதயத்திலே – 142
11. உறுத்தல் – 148
12. அண்ணாநகரில் கடவுள் – 152
13. வெளியில் எல்லாம் பேசலாம் – 163
14. தேடல் – 171

வலி

மச்சக்கறி இல்லையென்றால் மயூரனுக்குச் சாப்பாடு இறங்காது. செவ்வாய், வெள்ளி போறதே அவனுக்குப் பெரும்பாடாக இருக்கும். அன்று வெள்ளிக்கிழமை என்பதால் சாமினி மரக்கறிச்சாதம் செய்து, ஊறுகாய்த் துண்டொன்றும் வைத்திருந்தாள். மதிய இடைவேளையின் போது வேண்டா வெறுப்பாகச் சாப்பிட்டுவிட்டு, வேலை முடிந்து வீட்டுக்குத் திரும்பியிருந்தான்.

'இண்டைக்கு நல்ல பேச்சுத்தான் நடக்கப்போகுது' என்று நினைத்து வந்ததைப் போல வீட்டுக்கு வந்தபொழுது, புன்முறுவல் காட்டி வரவேற்ற சாமினி, அவன் கொண்டுவந்த சாப்பாட்டுப் பெட்டியைத் திறந்து பார்த்ததும் புறுபுறுக்கத் தொடங்கினாள்.

"என்னப்பா, கொண்டுபோன சாப்பாடு அப்பிடியே இருக்குது...."

"ம்.... மனுசர் சாப்பிடக் கூடிய சாப்பாட்டை வைச்சால் எல்லோ சந்தோசமாச் சாப்பிட" என்றான் வெறுப்பு மண்டிய குரலில்.

"எந்த நாளும் மட்டனும், சிக்கனும் என்று சாப்பிட்டு நல்லா கொலஸ்ரோலை ஏத்தத்தான் உங்களுக்கு விருப்பம்.." புறுபுறுத்தபடி லஞ்ச் பாக்ஸை 'சிங்'கில் போட்டு தண்ணீரைத் திறந்துவிட்டாள். சாமினியின் குடும்பம் வெஜிடேரியன் என்று கலியாணம் பேசும்போதே தெரியப்படுத்தி இருந்தார்கள். நல்ல வேளை வெளிநாட்டு தனிக்குடித்தன வாழ்க்கையில் மயூரன் நிறையவே சமைக்கக் கற்றுக்கொண்டிருந்தான். தனக்குத் தேவையான மச்சச்

சாப்பாட்டைத் தானே சமைத்துக் கொள்ளுவான். சாமினி அவனுக்கு முட்டை மட்டும் அவித்துக் கொடுப்பாள். அவள் மச்சத்தைக் கையாலும் தொட்டதில்லை.

உடை மாற்றி, சற்று நேரம் சோபாவில் அமர்ந்து டிவியை ஓடவிட்டான். வன்கூவரில் நடந்த 'வின்டர் ஒலிம்பிக்' விளையாட்டுப் போட்டிகளின் நேரடி ஒலிபரப்பு நடந்து கொண்டிருந்தது. கனடா ஐந்து தங்கப் பதக்கங்களை வென்றிருந்தது.

'இன்றைக்கு ரஷ்யாவும், கனடாவும் ஹெக்கி விளையாடுவினம். கட்டாயம் பார்க்கவேணும். ஹெக்கியில இந்த முறை கனடா 'வின்'பண்ண வேணும்' மனதுக்குள் நினைத்துக்கொண்டான். அகதியாய் வந்தபோது அடைக்கலம் தந்த நாடல்லவா!

"என்னப்பா இப்பிடியே இருந்தால் சரியா...? எழும்பி வெளிக்கிடுங்க. இன்றைக்கு நந்தினியின்ர மகளின்ட 'பேத்டே பார்ட்டி' இருக்கெல்லே.....?"

"ஓமப்பா அதை மறந்தே போயிற்றன். அங்கையாவது போனா மச்சம் சாப்பிடலாம்தானே" என்றான் சாமினிக்கு கோபமூட்டுவதற்காகவே. அவனைத் திரும்பிப் பார்த்து முறைத்துவிட்டுப் போனாள் சாமினி.

மயூரனுக்கு 'ஹைகொலஸ்டிரோல்' இருப்பதாக குடும்ப வைத்தியர் சொன்ன நாளில் இருந்து சாமினியும் எவ்வளவோ சொல்லிப் பார்த்தாள். செவ்வாயும், வெள்ளியும் வீட்டில் மச்சம் சமைக்க சாமினி அனுமதிப்பதில்லை. மற்றைய நாட்களில் எல்லாம் தனக்கு விரும்பியவாறு ஏதாவது இறைச்சி, ஹொட்டோக், பேகர் என்று வாய்க்கு ருசியாகச் சாப்பிட்டான். திருடனாய்ப் பார்த்து திருந்தா விட்டால் திருட்டை ஒழிக்க முடியாது என்பதுபோல அந்த உணவுப் பழக்கத்தையும் தானே விட்டாலொழிய தான் சொல்லி எதுவும் நடக்காது என்பதை உணர்ந்து மெளனியானாள் சாமினி.

வெள்ளிக்கிழமை மாலை நேரம் என்பதால், அவர்கள் பயணித்த உயர்வேகப்பாதை (ஹைவே) அமைதியாகக் கிடந்தது. பனிகொட்டும் காலம் என்பதால் நேரத்திற்கே இருள் கவ்வத் தொடங்கியிருந்தது.

தெருவின் இரு புறமும் பனித்துகள்கள் உறைந்துபோய்க் கல்லாகிக் கிடந்தன.

சதா வேலை வேலை என்று ஓடித்திரியும் வேக வாழ்க்கையின் மத்தியில் இப்படி மனைவியுடன் காரில் பயணிக்கும் சந்தர்ப்பங்கள் மிகவும் மகிழ்ச்சிகரமான பொழுதுகள். வேலைப்பளு, கடன்பிரச்சனைகள், தாய் மண்ணின் நினைவுகள் எல்லாவற்றையும் சற்று ஒதுக்கிவிட்டு இருவரும் எத்தனையோ விடயங்களைப் பகிர்ந்துகொண்டு, ஒருவரை ஒருவர் கிண்டலடித்துக்கொண்டு செல்வது உண்மையில் வாழ்க்கைப் பயணம் இப்படியே நீளக்கூடாதா என்று ஓரிரு சமயங்களில் அவன் நினைத்துக் கொள்வதுண்டு.

மயூரன் காரைச் செலுத்திக்கொண்டுவர சாமினி சுற்றுமுற்றும் பார்த்து ரசித்துக்கொண்டே வருவாள். பனியில் நனைந்து நிற்கும் கிறிஸ்மஸ் மரங்கள், வரிசையாய் ஒளிவிட்டுப் பிரகாசிக்கும் மின்கம்பங்கள், வானுயர்ந்த மாடங்களின் வடிவமைப்புக்கள், சதா வானத்தில் அங்குமிங்கும் பறந்து திரியும் விமானங்கள் என்று இவற்றையெல்லாம் ஒரு குழந்தையைப் போல அலுக்காமல் பார்த்து மகிழ்வாள் சாமினி.

திடீரென்று எதையோ ஒன்றைப் பார்த்து பயந்தவளைப் போல சாமினி சத்தம் போட்டாள்.

"மயூ.... மயூ.... அங்க பாருங்க" என்று அவள் சொல்ல, அவள் காட்டிய திசையில் மயூரன் பார்வையைச் செலுத்தினான்.

அவர்கள் பயணிக்கின்ற பாதைக்கு சமாந்தரமாக, அடுத்த வரிசையில் ஒரு பெரிய 'ட்ரக்' ஒன்று வந்துகொண்டிருந்தது.

'ட்ரக்' என்றாலே சாமினிக்கு சரியான பயம். 'ட்ரக் வருகுது. கிட்டப் போகாதேங்கப்பா' என்பாள். சில 'ட்ரக்'களில் பதினெட்டு சக்கரங்கள் கூட இருக்கும். பாரிய அதன் உருவத்திற்கு முன்னால் நான்கே சக்கரங்கள் கொண்ட எங்கள் கார் அவளுக்கு பருந்தின் கால்களுக்கிடையில் இரையாகப்போகும் கோழிக்குஞ்சைப் போல உணருவாள்.

“தள்ளிப்போங்கப்பா... தள்ளிப்போங்க...” என்று அந்த ‘ட்ரக்’ வண்டி தங்களை முந்திச் செல்லும் வரை செபம்போல் சொல்லிக்கொண்டே இருப்பாள். அவளது பயம் சிலவேளைகளில் மயூரனுக்குச் சிரிப்பாக இருக்கும்.

“அங்கப் பார்த்தீங்களா.....? அதென்னப்பா அதுகள்...?” சாமினியின் கண்கள் கூர்மையுடன் அந்த ‘ட்ரக்’கின் பின்புறப் பகுதியில் பதிந்திருந்தன. மயூரன் அப்பொழுதுதான் கவனித்தான். அந்த ட்ரக்கில் பன்றிக்குட்டிகள் அடைக்கப்பட்டிருந்தன.

அந்த வாகனம் முழுமையும் மூடப்பட்டு, பின்பகுதியிலும், பக்கங்களிலும் இரண்டு, மூன்று சிறிய துவாரங்கள் இடப்பட்டிருந்தன. அந்தத் துவாரங்களின் ஊடாக தமது மூக்கை வெளியே விட்டு தம்மை ஆசுவாசப்படுத்தின அந்தக் குட்டிகள். அவை ஒன்றையொன்று முட்டித்தள்ளியபடி துவாரத்தின் வழியே மூச்சுக்காற்றை இழுத்துக்கொண்டன. ட்ரக்கை மூன்று அடுக்குகளாகப் பிரித்து அவற்றை உள்ளே அடைத்திருப்பார்கள் போல் தோன்றியது. அவற்றின் தலை உயரத்தோடு ஒட்டியதாக இருந்த அந்தத் துவாரங்கள் மட்டும் திறந்திருந்தன.

“அங்க பாருங்க நல்ல சிவப்பு நிறத்தில பன்றிக்குட்டியள்” என்றாள் சாமினி.

“நான் நினைக்கிறன் இதுகள் இப்பத்தான் ஒன்று, ஒன்ரரைமாதக் குட்டியாய் இருக்கும்.”

“இதுகளின்ர இறைச்சியைத் தான் ‘பேக்கின்’ செய்யுறதுக்கு எடுக்கிறது” விளக்கம் கொடுத்தான் மயூரன்.

“ஐயோ! இவ்வளவு சின்னக் குட்டியளின்ர இறைச்சியைத்தான் நீங்க சாப்பிடுறனீங்களோ?” என்றவள் மேலும் தொடர்ந்தாள்.

“சாக்காட்டத்தான் கொண்டுபோறாங்கள். அதுக்காக இப்பிடியா...? அதுகள் சுவாசிக்கக்கூட ஏலாமல் எவ்வளவு கஸ்டப்படுகுதுகள்.”

"உப்பிடி இறைச்சிக்கு என்று வளர்க்கிற ஆடு, மாடு, பன்றி எல்லாத்தையும் இவங்கள் நிலத்தில படுக்கக்கூட விடமாட்டங்களாம் என்ன மயூரன்?" தான் யார் மூலமாகவோ அறிந்திருந்த விடயத்தை ஊர்ஜிதப்படுத்தும் நோக்கத்தோடு கேட்டாள் சாமினி. மயூரன் அதை ஏற்றுக்கொண்டு தலையசைக்கவும்,

"உயிர் எண்டால் எல்லாம் உயிர்தானே. அதில மனுசர், மற்றதுகள் எண்டு பிரிச்சுப் பார்க்க ஏலாது. அதுகளும் தங்கட உயிரைக் காப்பாத்த எவ்வளவு போராடுதுகள்" என்றாள் சாமினி.

"என்ன கறுமங்கள் இதுகள்?"

ஒன்றையொன்று நெரித்தபடி மூக்கை நீட்டி, 'மூசு, மூசென்று' காற்றைச் சுவாசித்தன. அவற்றைப் பார்க்க மயூரனுக்கு மிகவும் பரிதாபமாக இருந்தது.

"பன்றியள் மட்டுமா? ஏன் நானும்கூட இப்பிடித்தானே கனடாவுக்கு வந்தனான். பன்றியளோட பன்றியா..."

அவனது விழிகள் வீதியில் பதிந்திருந்தாலும், மனம் பத்து வருடங்களுக்கு முன்னர் நடந்த அந்தச் சம்பவத்தை நினைவு கூர்ந்தது.

அகதியாக வெளிநாடு வந்த ஒவ்வொரு தமிழனுக்கும் கசப்பான கதைகள் பல இருக்கும். அந்த வகையில் அவனுடைய வாழ்க்கையில் நடந்த கசப்பான சம்பவம் ஒன்றை மீண்டும் இரைமீட்டுக்கொள்ள வேண்டியதாக இந்தச் சம்பவம் அமைந்துவிட்டது.

கனடாவுக்கு அகதியாக வெளிக்கிட்ட அவன், மெக்சிக்கோ வரை ஒரு பிரச்சினையும் இல்லாமல் வந்துவிட்டான். கனடாவுக்குப் போவதென்றால் அமெரிக்காவுக்குப் போய் அங்கிருந்துதான் கனடாவுக்குப் போகவேண்டும். மெக்சிக்கோவுக்கு வந்து இரண்டு மாதங்கள் நின்றாகிவிட்டது. அவன் வந்த நேரமோ என்னவோ இலகுவாக அமெரிக்காவுக்குப் போகின்ற கள்ளப் பாதைகள் எல்லாம் மூடப்பட்டு விட்டன. இந்த நிலையில்தான் இரண்டுநாட்கள்

அவனைத் தனியே விட்டுவிட்டுப் போன ஏஜென்சிக்காரன் ஒருநாள் திடீரென்று வந்து கேட்டான், “தம்பி அமெரிக்காவுக்குப் போறதுக்கு ஒரு வாய்ப்பு வந்திருக்கு. பிரச்சினை இல்லாமல் போயிரலாம்....” என்று சொல்ல மறுப்பேதும் சொல்லாமல் தலையாட்டினான். எப்படியாவது கனடாவுக்குப் போய்ச் சேர்ந்தால் போதும் என்றிருந்தது அவனுக்கு.

உடுப்புகளை மடித்து எடுப்பதற்குக்கூட நேரமில்லாமல் எல்லாவற்றையும் திரணையாகத் திரட்டி பைக்குள் அடைத்துக்கொண்டான். ஏஜென்சிக்காரன் தான் அழைத்துவந்த வாடகைக்காரில் மயூரனை ஏற்றிக்கொண்டான். எங்க போய் போவது, எப்படி போவது என்று எதுவுமே தெரியாத நிலையில் ஏதோ ஏஜென்சிக்காரன் சொல்கிறான் என்று ஏறிக்கொண்டான்.

கார் நகரத்தை விட்டு வெளியான பாதையொன்றில் போய்க்கொண்டிருந்தது. சிறிது நேர ஓட்டத்தின் பின் கார் ஒரு ஓரமாக நிறுத்தி வைக்கப்பட்டிருந்த ட்ரக்கின் பக்கத்தில் போய் நின்றது. பையை எடுத்துக்கொண்டு இறங்கிய அவனை ட்ரக்கின் முன்பகுதிக்கு அழைத்துச் சென்றான். சாரதியின் இருப்பிடத்திற்குப் பின்புறமாக இருந்த சிறிய துவாரம் ஒன்றின் வழியாக உள்ளே இறங்கச்சொன்னான் அந்த ‘ட்ரக்’கின் சாரதி.

‘என்ன இது? இந்தச் சின்ன துவாரத்திற்குள்ளால் நான் எப்படி உள்ளே போறது?’ என்று தயங்கிய மயூரனை சாரதி அரைகுறை ஆங்கிலத்தில் துரிதப்படுத்தினான். அவன் சொன்னதுபோலவே முதலில் கால்களை உள்ளே நுளைத்து இறங்கினான். கால்கள் தரையில் பட்ட இடம் விழுவிழென்று வழுக்கியது. மெதுவாகத் தலையை உள்ளே எடுத்ததும் வயிற்றைக் குமட்டிக்கொண்டு வந்தது. இரண்டு தடவைகள் வாந்தியெடுத்தபின் தலையை நிமிர்த்தினான். அவன் வந்த பாதை மூடப்பட்டு விட்டது. எங்கும் இருள் சூழ்ந்திருந்தது. ஒருசில நிமிடங்களின் பின் அவனது கண்கள் இருளுக்குப் பழக்கமானது. வாகனத்தின் அசைவிலிருந்து பயணம் தொடங்கிவிட்டதை உணர்ந்துகொண்டான்.

அப்பொழுதுதான் கவனித்தான். அவனைச் சூழ சிறியனவும், பெரியனவுமாக பன்றிகள் அடைக்கப்பட்டிருந்தன. புதிதாக வந்த இவனை நெருங்கி அவை மோப்பமிட்டன. மயூரன் பயத்துடன் ட்ரக்கோடு சாய்ந்துகொண்டான். நல்ல வேளையாக சிறுதடுப்புக் கம்பிகள் இடையே இருந்தமையால் அவற்றால் இவனை நெருங்க முடியவில்லை. அவை அந்தக் கம்பி இடைவெளிகளின் வழியாகத் தமது முகத்தை நீட்டி இவனை நெருங்க பயமும், அருவருப்புமாய் நன்றாக ட்ரக்குடன் ஒட்டிக்கொண்டான். சற்றைக்கெல்லாம் அவனுக்கு மூச்சு முட்டியது. பன்றிக்குட்டிகளின் கழிவு நாற்றம் குடலைப் புரட்டியது. சில பன்றிகள் சிறுநீர் கழித்தன. அது இவன் முகத்தில் தெறித்தது. உடல் முழுவதும் ஏதோ பூச்சிகள் ஊர்வது போல் கசகசத்தது. அந்த சிறிய இடத்தை விட்டு ஒரு அடிகூட எடுத்துவைக்க இடமின்றி அந்த இடத்திலேயே அடைபட்டுக் கிடந்தான்.

‘இப்படி நடக்கும் என்று நினைத்திருந்தால், செத்தாலும் பரவாயில்லை என்று சிலோனில் இருந்திருக்கலாம்’ என்று ஒருகணம் அவன் நினைத்துப் பார்க்கக்கூடத் தவறவில்லை.

மெக்சிக்கோவில் அவன் ஏற்றப்பட்ட இடத்தில் இருந்து அமெரிக்காவுக்குப் போவதென்றால் குறைந்தது இரண்டு மணித்தியாலங்கள் என்றாலும் எடுக்கும். அந்த இரண்டு மணித்தியாலமும் அவன் பட்ட அவஸ்தைக்கு அளவே இல்லை. நரகவேதனை. கையில் இருந்த காசைச் செலவு செய்ய விரும்பாமல் காலையில் எதுவும் அவன் சாப்பிடவில்லை. மதியம் சாப்பிடுவோம் என்று ஆயத்தமானபோதுதான் ஏஜென்சிக்காரன் வந்தான். உள்ளே புழுங்கிய வெப்பத்தில் நாவரண்டு தாகம் எடுத்தது. வாந்தி எடுத்ததில் தலைபாரமாகி, வயிற்றுக்குள் ஏதோவெல்லாம் செய்தது.

‘இதுகளையெல்லாம் இறைச்சிக்குத் தானே கொண்டு போறாங்கள்’ என்று நினைத்த மயூரனுக்கு தானும் அவற்றுடன் சேர்ந்து ஏதோ ஒரு கொலைக்களத்திற்குக் கொண்டு செல்லப்படுவது போல் தோன்றியது.

பசிமயக்கம் ஒரு புறம், மூச்சுத் திணறல் ஒருபுறமுமாக அரைகுறை மயக்கத்தில் இருந்த மயூரனை அந்த ட்ரக் சாரதி அமெரிக்காவில் பெயர் தெரியாத, சன சந்தடியே இல்லாத ஒரு இடத்தில் இறக்கி விட்டுப் போய்விட்டான். கடும் குளிரில் அரைமயக்கத்தில் கிடந்த அவனை அந்த வழியால் சென்ற அமெரிக்கப் பொலீஸ்காரர்கள் பிடித்துவிட்டனர். அவனுடைய நிலையைப் பார்த்து முதலில் அவனுக்குச் செய்யவேண்டிய முதலுதவிகளைச் செய்தனர். மயூரனுக்கு பயத்திலும், பயணத்தில் பட்ட அவஸ்தையிலும் காய்ச்சல் ஏற்பட்டிருந்தது. இந்த நிலையில் அவனை ஏனைய கைதிகளுடன் வைத்திருக்க விரும்பாத காவல்துறையினர், அவனை ஒரு விடுதியில் சேர்த்தனர்.

காலையில் கண்விழித்த மயூரன், யாருக்கும் தெரியாமல் அந்த இடத்தைவிட்டு வெளியேறி தன் ஏஜென்சியுடன் தொடர்பு கொண்டான். ஏஜென்சிக்காரன் சொன்னபடியே தன் உறவினர்களுடன் தொடர்புகொண்டு கனடாவுக்கு வந்துசேர்ந்தான்.

"என்னப்பா....? எங்க போறீங்க....?" சாமினி சத்தமிடவும் சுயநினைவுக்கு வந்தான் மயூரன். 'எக்ஸிட்' எடுக்கவேண்டிய இடத்தைத் தாண்டி கார் போய்க்கொண்டிருந்தது.

'உச்'சுக்கொட்டினான் மயூரன். சாமினி பொறுமையை இழந்து புறுபுறுக்கத் தொடங்கினாள்.

"சரி... சரி. இதில எக்ஸிட் எடுத்துப் போவம். இப்ப என்ன அவசரம்?" என்றபடி காரைத் திருப்பினான் மயூரன்.

அந்தக் கசப்பான நினைவுகளினாலோ என்னவோ மயூரனுக்குக் குளிரிலும் வியர்த்துக் கொட்டியது. 'காஸ்பொட்'டில் இருந்து தண்ணீரை எடுத்து இரண்டு மிடறு குடித்துவிட்டு வைத்தான்.

"உங்கட கவலையீனத்தால இன்றைக்குப் பிறந்தநாளுக்கு நேரத்துக்கு போக ஏலாமல் போயிட்டுது. அப்படி என்னப்பா யோசினை...?"

பெரிதாக ஒரு முறை மூச்சை எடுத்துவிட்ட மயூரன் "நான் அகதியாகக் கனடாவுக்கு வந்த விதத்தை ஒருக்கா நினைச்சுப் பார்த்தன்...."

சாமினியிடம் ஏற்கனவே பலதடவை அந்தக் கதைகளை யெல்லாம் மயூரன் சொல்லியிருக்கிறான்.

"சரி சரியப்பா. அதுகளையெல்லாம் விடுங்கோ...." என்று அவனுடைய தோளிலே அழுத்தி ஆசுவாசப்படுத்தினாள் சாமினி.

அவர்கள் உள்ளே நுளையவும் கீர்த்தனா கேக் வெட்டவும் சரியாக இருந்தது. சாமினியின் நெருங்கிய உறவு அவர்கள். மகளுக்கு 'கீ பேத்டே' பெரிதாகக் கொண்டாட வேண்டும் என்று மண்டபம் எடுத்து எல்லோருக்கும் சொல்லிச் செய்தார்கள்.

போட்டோ எடுத்துக்கொள்ள ஒரு பகுதியினர் முண்டியடிக்க, ஒரு பகுதியினர் சாப்பாட்டு லைனில் இணைந்துகொள்ள என்று வந்திருந்த கூட்டம் இரண்டாகப் பிரிந்தது. அன்று வெள்ளிக்கிழமை என்பதால் சைவச் சாப்பாடு ஒரு இடத்திலும், மச்சச் சாப்பாடு எதிர் புறத்திலும் வைக்கப்பட்டிருந்தது.

"மயூ... உங்களுக்கு இண்டைக்கு நல்ல வெட்டுத்தான். நீங்க அந்தப் பக்கம் போங்க." என்று அவன் காதுக்குள் கிசுகிசுத்தாள் சாமினி.

மயூரன் கையில் 'பிளேட்'டும், முள்ளுக்கரண்டியும் எடுத்துக் கொண்டு வரிசையில் நகர்ந்தான். காற்றில் விதவிதமான உணவுகளின் வாசனை கலந்து வந்துகொண்டிருந்தது. மயூரனுக்கு உணவை நெருங்க நெருங்க வயிற்றைக் குமட்டத் தொடங்கியது. இடியப்பப் பிரட்டல், பிட்டு, ரொட்டி இவற்றுடன் சில்லிச் சிக்கன், மட்டன் கறி, தந்தூரி சிக்கன், மாட்டிறைச்சிப் பிரட்டல் என்பன வரிசையாய் ஆவிபறக்கும் விதமாக வைக்கப்பட்டிருந்தன.

'ஆறறிவு படைச்ச மனுசர் நாங்கள். உயிருக்கு ஆபத்து என்றதும் என்ன பாடுபட்டோ உயிரைக் கையில் பிடிச்சுக்கொண்டு, காடு மேடு கடல் எல்லாந்தாண்டி நாடு விட்டு நாடு வந்து சேர்ந்திட்டம். இந்த ஜீவராசிகள் இறைச்சிக்கு என்றே வளர்க்கப்படுறதுகள். சாமினி சொன்னதைப் போல தங்கட தேவைக்கு ஏத்தமாதிரி அதுகளை நீட்டி நிமிர்ந்து படுக்கக்கூட விடாமல், சதை பிடிக்கிறதுக்கும், ஆரோக்கியமா இருக்கிறதுக்கும் என்று செயற்கையாக எத்தினையோ

மருந்துகளைக் கொடுத்து அதுகளை வருத்தி வருத்தி வளர்த்து கடைசியில ஒன்று பார்க்க ஒன்றை - அடுத்தது நான் தான் என்ற மாதிரி மற்றது காத்திருக்க - மெசினுக்க தலையைக் குடுத்து சாக்காட்டுவான்கள். ஒரு மாட்டின்ர தலை அறுபடேக்க அந்த மாடு துடிக்கிற வேதனையும், அதுக்குப் பின்னால நிற்கிற மாட்டுக்கு அடுத்ததாக எனக்கும் இதுதான் நடக்கப் போகிறது என்பதையும் உணர்ந்துகொள்ளும். சில மாடுகள் பரிதாபமாகக் கண்ணீர்கூட வடிக்குமாம். திமிறிக்கொண்டு ஓடியும், அவலமாய்க் கத்தி குரல் எழுப்பியும் தமது எதிர்ப்பைக் காட்டுமாம். அவன் கேள்விப்பட்டிருக்கிறான். இது எவ்வளவு பெரிய உயிர்வதை.

சட்டென்று மயூரன் தன் கையில் இருந்த பிளேட்டை வைத்துவிட்டு விலகினான்.

பத்து வருடங்களுக்கு முன் அந்த 'ட்ரக்'கில் நுகர்ந்த அதே அருவருக்கும் மணம் அவன் வயிற்றைக் குமட்டச் செய்தது. முகமெல்லாம் வியர்வையில் நனைந்தது. மெதுவாக வோஷ்ரூமுக்குள் சென்று தன்னை ஆசுவாசப்படுத்திக்கொண்டான்.

"என்னப்பா, சாப்பிட இல்லையா? என்ன ஒரு மாதிரி இருக்கிறியள்..?" மயூரனைப் பார்த்ததும் அச்சமும் படபடப்புமாய் வினாவினாள் சாமினி. அவள் பிளேட் அரைவாசி ஏற்கனவே காலியாகியிருந்தது. பக்கத்தில் 'புரூட் சாலட்' வேறு.

மயூரன் சாமினிக்கு எதிர்ப்புறமாக இருந்த கதிரையில் அமர்ந்துகொண்டான். சாமினியின் பதட்டத்தைப் பார்த்ததும் மயூரன் தன்னைத் திடப்படுத்திக்கொண்டான்.

"ஒன்றுமில்லை சாமினி. எனக்கு இன்றைக்கு ஏதோ சாப்பிட மூட் இல்லாமல் இருக்குது. பசிக்க இல்லை..... நீர் சாப்பிடும்..." என்றான். மயூரனை சந்தேகமாய்ப் பார்த்தபடி இரண்டு ஸ்பூன் சாப்பிட்டவள் அத்துடன் நிறுத்திக்கொண்டாள். 'புரூட் சாலட்டை' கைகளில் எடுத்துக் கிளறியபடி அவனை நெருங்கி அமர்ந்துகொண்டாள்.

'என்னப்பா.. என்ன பிரச்சினை....?"

"ஒன்றுமில்லை. எனக்குப் பழைய நினைவு வந்திட்டுது..." சிறிது நேரம் மௌனமாய் இருந்த மயூரன் தொடர்ந்தான்.

"இனி நான் இந்த இறைச்சியள் ஒன்றும் சாப்பிடப்போறதில்லை. எனக்கு இந்த மச்சங்கள் ஒன்றும் இனிவேண்டாம்" என்றான்.

அவன் குரலில் உறுதி தெரிந்தது. அவன் தாடை இறுகிப்போய் இருந்தது. கண்கள் தீர்க்கமாய்ச் சாமினியின் கண்கள் மீது நிலைத்திருந்தது.

(2010 ஆம் ஆண்டு, 'ஞானம்' சஞ்சிகை நடாத்திய, அமரர் செம்பியன் செல்வன் ஞாபகார்த்த சிறுகதைப் போட்டியில் இரண்டாவது பரிசு பெற்ற கதை)

ஞானம், ஜூலை 2010

ஈழநாடு (கனடா), 05 ஓகஸ்ட் 2010

அம்மா எங்கே போகிறாய்?

வீதியின் இருமருங்கும் மஞ்சள் நிறச் சருகுகள் நிறைந்து கிடந்தன. பச்சைப் பசேல் என்றிருந்த மரங்கள் எல்லாம் வசந்த காலம் முடிந்து, இலைகளை உதிர்க்கத் தொடங்கியிருந்தன. காற்றின் கரங்கள் எத்தி விளையாட காய்ந்துபோன சருகுகள் திக்கிற்கு ஒன்றாய் அலைக்கழிந்து பறந்தன.

பேத்தியின் சாமத்திய வீட்டைச் சிறப்பாக முடித்துக் கொடுத்துவிட்டு, விழாவுக்கு வந்த உறவுக்காரப் பையன் ஒருவனுடன் வீட்டுக்குத் திரும்பிக் கொண்டிருந்தாள் விசாலாட்சி.

காரில் ஏறியதும் அவள் சந்தோசம் எல்லாம் எங்கோ ஓடி மறைந்தது. மகனைப் பற்றிய பயம் அவளைப் பற்றிக் கொண்டது.

"இன்றைக்கு ஒரு நாள் எங்களோட நிண்டுட்டுப் போகலாம்தானே அம்மா........"

சியாமளா எவ்வளவு கெஞ்சியும் கேளாதவள் போல வந்துவிட்டாள் விசாலாட்சி. வேற்று மனுசியைப் போல விழா முடிந்ததும் முடியாததுமாக ஓடிவந்ததை நினைக்க அவளுக்கு வேதனையாக இருந்தது. பிள்ளைகளை நினைக்க அவளுக்கு அதைவிட வேதனையாக இருந்தது.

'பிள்ளையள் எல்லாம் ஏன் இப்பிடிப் பணம், பணம் என்று அடிபடுகுதுகளோ தெரியாது....?'

சொந்தச் சகோதரியின்ர மகளின்ர சாமத்திய வீட்டுக்கு அவனும் போகாமல், தன்னையும் போக வேண்டாம் என்று சொன்ன மகனை நினைக்கும்போது விசாலாட்சிக்கு மகன்மீது கோபங்கோபமாக வந்தது.

'அவனுக்கெண்டு உடன்பிறப்பு வேற யாரு இருக்கினம். சரி அவன்தான் உணருகிறான் இல்லையெண்டு பார்த்தால், இவளும் உணர்ந்த பாடாய்த் தெரியயில்லை. அவளும் மல்லுக்கட்டிக் கொண்டு நிற்கிறாள்.'

சியாமளாவும், ரூபனும் குஞ்சும் குருமானுமாய் இருந்தபோதே விசாலாட்சியின் கணவன் நல்லூர்த் தேர் முட்டியடியில் விழுந்த எறிகணையில் தலைசிதறி அந்த இடத்திலேயே இறந்துபோனார். அதற்குப் பிறகு பிள்ளைகளே தன் உலகம் என்று வாழத் தொடங்கினாள் விசாலாட்சி. இருந்த நெல்வயல் காணிகளைக் குத்தகைக்கு விட்டு வரும் சொற்பப் பணத்தில் குடும்பத்தைச் சிக்கனமாக நடத்தினாள்.

ஏழ்மையிலும், கஷ்டத்திலும் பிள்ளைகள் இருவரும் நல்லமுறையில் வளர்ந்து வந்தனர். ஒருவர் மற்றவரில் விட்டுக் கொடுத்து, ஒருவருக்கொருவர் உயிராய் வளர்ந்தனர். ரூபன் சாதாரண தரப் பரீட்சையை எழுதிவிட்டுக் குடும்பத்தின் பணத்தேவை கருதி நகரில் இருந்த துணிக்கடை ஒன்றில் வேலைக்குச் சேர்ந்து உழைக்கத் தொடங்கிவிட்டான். வயதில் இளையவனானாலும், பொறுப்பை உணர்ந்து அவன் உழைக்கத் தொடங்கியது விசாலாட்சிக்குப் பெருமையாக இருந்தது.

குடும்பம் பொருளாதார ரீதியில் கொஞ்சம் தலையெடுக்கத் தொடங்குகிறது என்று விசாலாட்சி எண்ணிக்கொண்டிருந்த தருணத்தில் மீண்டும் யாழ்ப்பாணத்தைப் போர் மேகங்கள் சூழ்ந்துகொண்டன. இளைஞர்களும், யுவதிகளும் ஈழப் போராட்டத்தில் இணைத்துக் கொள்ளப்பட்டார்கள். விசாலாட்சியின் மனதில் எங்கே தன் மகனும் மண்மீது கொண்ட பற்றினால் தாய்நாட்டைக் காக்கவென்று புறப்பட்டு விடுவானோ என்ற அச்சம் எழத்தொடங்கியது.

அதன்பின் காரியங்கள் துரிதகதியில் நடந்தேறின. தன் தமையன்மாருடன் கலந்தாலோசித்து ஒரு முடிவுக்கு வந்தாள். இவ்வளவு நாளும் தங்களுக்குச் சோறுபோட்ட வயல், தோட்டம், காணி என்று எல்லாவற்றையும் விற்று மகனை வெளிநாட்டுக்கு அனுப்பத் தீர்மானித்தாள். அந்தப் பணமும் போதாதென்று அவள் திணறியபோது தன் திருமணத்திற்கு என்று தாய் சேமித்து வைத்திருந்த நகைகளையெல்லாம் எடுத்துக்கொடுத்தாள் சியாமளா. கையிலும், கழுத்திலும் ஒரு நகை இல்லாமல் நின்ற தமக்கையை இயலாமையோடு பார்த்தான் ரூபன். அவன் கண்கள் குளமாகி நின்றன.

“ரூபன், நீ எங்கேயாவது, உலகத்தின் ஏதாவது ஒரு மூலையில் உயிரோட இருந்தாலே எங்களுக்குப் போதும்” என்று தம்பியிடம் உருகினாள் சியாமளா.

‘ம்.... அந்த அன்பு.... பாசம்.... எல்லாம் இப்ப எங்க போயிற்றுது........’ விசாலாட்சியின் நெஞ்சுக்குழிக்குள் துயரம் சூழ்ந்து பெருமூச்சாக வெளிப்பட்டது.

விசாலாட்சியின் மூத்த தமையன் தனக்குத் தெரிந்த ஏஜென்சி மூலமாக ரூபனைக் கனடாவுக்குக் களவாக எடுத்துவிடும் ஏற்பாட்டைச் செய்தார். இரண்டு தரம் வழியில் பிடிபட்டு, கடைசியாக இருந்த பெரிய வீட்டையும் விற்று திரும்பவும் ஏஜென்சிக்கு பணம் கட்டினாள் விசாலாட்சி. இலங்கையில் இருந்து புறப்பட்டு மூன்று மாதங்களின் பின்தான் ரூபனிடம் இருந்து நல்ல செய்தி கிடைத்தது. அமெரிக்க எல்லைக்குள் அவன் களவாக நுளைவதற்குப் பட்ட சிரமங்களை எல்லாம் அறிந்தபோது விசாலாட்சி அழுதே விட்டாள்.

வெளிநாடு என்று வந்த பின் சில இளைஞர்கள் குடும்பத்தை மறந்து போய் விடுவார்கள் என்று விசாலாட்சி அறிந்திருந்தாள். ஆனால் ரூபன் அப்படி இருக்கவில்லை. மாதம் இரண்டு முறை தாயையும், சகோதரியையும் நினைத்து கண்ணீரோடு கடிதங்கள் வரும். ஒவ்வொரு கடிதத்தோடும் தேவைக்கு அதிகமாகவே பணத்தையும் அனுப்பிவிடுவான். அதோடு இரண்டு வருடங்கள் மாடாய் உழைத்துத் தாயையும், தமக்கையையும் களவாகக் கனடாவுக்கு எடுத்தும் விட்டான்.

“என்ன அம்மம்மா அமைதியா இருக்கிறீங்க...?” காரை ஓட்டிவந்த பையன் பேச்சுக்கொடுக்கவும் சுயநினைவுக்கு வந்தாள் விசாலாட்சி.

“ம்....... ஒன்றுமில்லையப்பு....” என்று இழுத்த விசாலாட்சியிடம் அவள் இறங்க வேண்டிய இடத்தை விசாரித்தான் அந்தப் பையன். மீண்டும் மௌனமான விசாலாட்சியை அதற்குப் பின் அவன் குழப்பவில்லை.

‘ஊரில இருக்கேக்க எவ்வளவு பாசமாய், நேசமாய் இருந்ததுகள். இங்க வந்து இப்பிடித் தலைகீழா மாறிட்டுதுகளே......’ விசாலாட்சிக்குப் பழையதை எல்லாம் நினைக்க வேதனையாகத் தான் இருந்தது.

சியாமளாவுக்குத் திருமணம் நடந்தது, புது வீடு வாங்கியது, எல்லாரும் ஒன்றாகக் குடித்தனம் நடத்தியது என்று எல்லாமே அவளுக்குக் கனவுபோல இருந்தது. மகன், மகள், மருமகன், பேரப்பிள்ளைகள் என்று விசாலாட்சிக்குப் பொறுப்புகள் கூடியன.

எல்லோருக்கும் சமைத்து, அவர்கள் தேவைகளை நிறைவேற்றி, பேரப்பிள்ளைகளுக்குப் படிப்பில் தன்னால் முடிந்த உதவிகளைச் செய்துகொடுத்து, வேலைக் களைப்போடு வரும் பிள்ளைகளுக்குத் தேனீர் தயாரித்துக் கொடுத்து ஆசுவாசப்படுத்துவது எல்லாமே ஆனந்தமாகவே இருந்தது விசாலாட்சிக்கு.

“அம்மம்மா வீடு வந்திட்டுது. இறங்குங்கோ.....” என்று அந்தப் பையன் மறுபடியும் குரல் கொடுக்கவே, தன் சிந்தனைகளில் இருந்து விடுபட்டாள். கார்க்கதவைத் திறந்து அவள் இறங்கும்வரை காத்துநின்ற பையனிடம் நன்றி தெரிவித்துவிட்டு மகனின் வீட்டை நோக்கி நடந்தாள். இளமஞ்சள் வெயில் முன் விறாந்தையைப் பொன்மயமாக்கிக் கொண்டிருந்தது. வெயிலையும் மீறிக்கொண்டு குளிர் காற்று உடலை ஊசிபோல் குத்தியது.

கோலிங் பெல்லை அழுத்திவிட்டுக் காத்திருந்தாள் விசாலாட்சி. மாமியார் உள்ளே வந்ததும் கதவை இழுத்துப் பூட்டி விட்டு உள்ளே நடந்தாள் சீதா. குழந்தை மிதுனுக்கு இப்போது ஒன்றரை வயதாகிறது.

அவனை எடுத்து மடியில் வைத்துக்கொண்டு கிண்ணத்தில் இருந்த உணவை அவனுக்கு ஊட்டத் தொடங்கினாள் சீதா. மாமியாரை அவள் நிமிர்ந்துகூடப் பார்க்கவில்லை. அவள் முகம் விரைப்பாக இருந்தது. லிவிங் ரூமில் மாட்டியிருந்த சுவர் மணிக்கூடு மூன்றுமுறை ஒலித்துவிட்டு அமைதியானது.

“ரூபன் வந்திட்டானா பிள்ளை...........” ரகசியக்குரலில் விசாலாட்சி கேட்கவும் மாடிப்படிகளில் இருந்து மகன் இறங்கி வரவும் சரியாக இருந்தது. ஏதோ சொல்ல வாயெடுத்த சீதா கணவனைக் கண்டதும் அப்படியே அடங்கிப்போனாள்.

“என்ன? கொண்டாட்டம் எல்லாம் நல்லா நடந்துதா.......” இளக்காரமாகக் கேட்டுக்கொண்டே இறங்கி வந்தான் ரூபன்.

“வந்ததும் வராததுமாய்த் தொடங்குறான்.....” விசாலாட்சி மனதுக்குள் முணுமுணுத்தாள்.

“எனக்கு இண்டைக்கு முடிவு தெரியவேணும்? இந்த வீட்டில எனக்குத் தெரியாமல் இன்னும் என்னவெல்லாம் நடக்குது..?” உறுமினான் ரூபன். காலில் இடறிய சின்ன முக்காலியை உதைக்க, அது சுவரில் மோதி நின்றது.

“உம்.........! என்ன முடிவு தெரிய வேணுமடாப்பா” சிரித்து மழுப்பியபடி மகனை நெருங்கி அவன் மேவாயைத் தடவிய விசாலத்தின் கையைத் தட்டிவிட்டு விலகினான் ரூபன். நான்கு வீடுகள் கேட்குமாப்போல் கத்தினான். அவன் கோபம் வந்தால் எப்போதும் இப்படித்தான்.

“உங்களிட்டச் சொல்லிப் போட்டெல்லோ நான் வெளிக்கிட்டனான்.....! அந்த வீட்டுக்கு போகவேணாம் என்று சொன்னனான் எல்லோ. பிறகு ஆரக்கேட்டு வெளிக்கிட்டனீங்க?..... போனனீங்க, அப்படியே அங்க மகளோட தங்க வேண்டியதுதானே. ஏன் திரும்ப இங்க வந்தனீங்க” படபடவென்று பேசினான் மகன். மகனின் கோபத்தைக் கண்டு சற்றுத் தயங்கிவிட்டு மறுமொழி சொன்னாள் விசாலாட்சி.

"நீ எப்பிடி எனக்கொரு பிள்ளையோ, அதுபோலத்தான், அவளும் என்ர பிள்ளை..."

முணுமுணுத்தாள் விசாலம். குளிருடன் சேர்ந்து வெளியில் எறித்த வெயிலில் வெளியே போய் வந்தது அவளுக்குத் தலையை லேசாக கிறுகிறுக்க வைத்தது. மருமகளிடம் குளிர்பானம் கொண்டுவரும்படி கேட்க, மிதுனை அவனது இருக்கையில் அமர்த்திவிட்டு எழுந்தாள் சீதா.

"யூசோ...? ஏன் அங்க ஹோல்ல குடிக்க இல்லையோ....? மகள் யூஸ் தரமாட்டன் எண்டுட்டாவோ? இங்க இருந்து இனி பச்சைத் தண்ணிகூட நான் தரமாட்டன். என்ர அனுமதியில்லாமல் நீ எப்பிடி அங்க போவாய்.....?" தலையை மேலும் கீழும் ஆட்டியபடி கேட்டான் மகன்.

"நான் தூக்கி வளர்த்த பேத்தி, என்ர மூத்த பேத்தி சாமத்தியப் பட்டு நிக்குது. எனக்குப் பார்க்க ஆசையிருக்காதாப்பா. நீ போக வேண்டாம் என்று சொன்னாலும் எனக்கு மனம் கேட்கயில்ல. நான் வெளிக்கிட்டு போனன். என்ர பேத்தியைப் பார்க்க யாரின்ரயும் அனுமதி எனக்குத் தேவையில்லை?" பதிலுக்குச் சத்தம் போட்டாள் விசாலாட்சி.

"அதுசரி..... அங்க போய் பேத்திக்கு நாலு சோடி காப்புப் போட்டியாமே. எங்கால உனக்குக் காசு...?" என்றபடி தாயின் தோளைக் குலுக்கினான் ரூபன்.

"ஐயோ... என்ன விடடா? தோள் மூட்டுக்க நோகுதடா. விடு...." என்றபடி மகனிடமிருந்து திமிறினாள் விசாலாட்சி. அவளுக்கு இரண்டு தோள்பட்டையும் வலித்தது. மகனின் பிடி சாதாரண பிடியாக இல்லாமல் இரும்புப் பிடியாக இருந்தது. விசாலாட்சிக்கு வேர்த்து விறுவிறுத்தது. இப்பவெல்லாம் அவன் இப்படித்தான்..... கோபம் வந்தால் அவனுக்கு கண்மண் தெரியாது. உடலோடு மனமும் வலித்தது. நிற்கமுடியாமல் சோபாவில் வந்து அமர்ந்துகொண்டாள். கொஞ்சநேரத்திற்கு அவளால் பேசமுடியவில்லை. துயரம் நெஞ்சை அடைத்துக்கொண்டது. மூக்கில் இருந்து நழுவிய கண்ணாடியைக் கழட்டி இமையோரம் துடித்துக்கொண்டிருந்த கண்ணீரைத் தன் சேலைத் தலைப்பால் துடைத்துக்கொண்டாள்.

“அதுக்கிடேல யாரோ இவனுக்கு வத்தி வைச்சுப் போட்டாங்கள். ஊர் ரெண்டு பட்டால் கூத்தாடிக்குக் கொண்டாட்டம் தானே. என்ர பேத்திக்கு என்ர காசில நான் செய்து போட்டால் இவனுக்கென்ன?”

தான் இவ்வளவு உலுக்கியும் தாய் பேசாமல் இருக்கவும் ரூபனுக்கு கோபம் உச்சத்துக்கு ஏறியது. வழமைபோல சன்னதம் ஆடத்தொடங்கினான்.

“உன்னையும் மகளையும் கனடாவுக்கு எடுத்து விடுகிறதுக்கு நான் எவ்வளவு கஷ்டப்பட்டனான் தெரியுமா? இவ்வளவு காலமும் உனக்கு சோறு போடுறது நான்தான். உன்ர பென்சன் காசு முழுக்க எனக்குத்தான் வரவேணும். அந்தக் காசில எனக்குத் தெரியாமல் அதுக்கு இதுக்கு எண்டு வாங்கி மகளுக்கு களவாய்க் குடுத்தனுப்புறது காணாதெண்டு, இப்ப ரொக்கமா அள்ளிக் குடுத்துட்டு வந்தனியோ?” தாய்க்கும் மகனுக்கும் இடையே வாக்குவாதம் நீண்டு கொண்டே போனது. சீதா எல்லாவற்றையும் அமைதியாக நின்று பார்த்துக்கொண்டு இருந்தாள்.

கனடா வந்த புதிதில் மூவரும் ஒரு அடுக்குமாடிக் குடியிருப்பில்தான் இருந்தார்கள். ரூபனைக் கடன்காரர்கள் நெருக்குவதைப் பார்த்துவிட்டுச் சியாமளாவும் ஒரு இடத்தில் வேலைக்குப் போகத் தொடங்கினாள்.

அதற்கிடையில் சியாமளாவின் கலியாணமும் சரிவந்துவிட அதையும் முடித்துவிட்டாள் விசாலாட்சி. கனடா மாப்பிள்ளையே பொருந்திவந்தது வசதியாகப் போனது. மாப்பிள்ளையின் தாய், சகோதரிகள் எல்லாம் ஸ்ரீலங்காவில்தான் இருந்தார்கள். சியாமளா விரைவிலேயே வீடொன்றை வாங்கிக் கொண்டு தாயையும், தம்பியையும் தன் வீட்டிலேயே தங்க வைத்துக்கொண்டாள். தாயின் பென்சன் பணம் அவளது மோட்கேஜ் செலவுக்கு பெரும் உதவியாக இருந்தது.

இந்த நிலையில்தான் ரூபனுக்குத் திருமணம் நிச்சயமானது. திருமணம் முடித்த சில நாட்களிலேயே ரூபன் தனிக்குடித்தனம் போகத் தீர்மானித்துவிட்டான். எலி வளையானாலும் தனிவளை வேண்டும் என்று விசாலாட்சியும் தடை ஒன்றும் சொல்லவில்லை.

அடுத்தடுத்து இரண்டு பெண் குழந்தைகள் பிறந்ததில் வேலைக்குப் போவதை நிறுத்திக்கொண்டாள் சியாமளா. பிள்ளைகள் வளர அவர்களைத் தாயுடன் விட்டுவிட்டுச் சியாமளா வேலைக்கும் போகத் தொடங்கினாள். பிள்ளைகளை அன்புடன், அக்கறையுடன் பார்த்துக் கொள்ள கூடவே தாய் இருந்தது அவளுக்கு வசதியாக இருந்தது.

"இவ்வளவு நாளும் நீ மகளோட இருந்தது காணும். இனி என்னோட வந்திரு. சீதாவுக்கும் உதவியாக இருக்கும்." என்று ஒருநாள் மகன் வந்து அழைத்தபோது சந்தோசமாகப் புறப்பட்டாள் விசாலாட்சி. சியாமளாதான் தாயைத் தன்னுடன் வைத்துக்கொள்ள வேண்டும் என்று அடம்பிடித்தாள். அதன்பிறகுதான் மெல்ல மெல்ல சகோதரர்களுக்கிடையில் விரிசல் ஏற்பட்டது.

சீதாவுக்குக் குழந்தை கிடைக்க இருப்பதைக் காரணம் காட்டி மகன் அழைக்கவும் தாயால் மறுக்க முடியவில்லை. மனமின்றித் தாயைப் போக அனுமதித்தாள் சியாமளா. தாய் யாருடன் இருப்பது என்பதில் ஆரம்பித்த சண்டை, பென்சன் பணத்தைப் பகிர்ந்துகொள்வதிலும் தொடர்ந்தது. மகன் வீடு, மகள் வீடு என்று மாறிமாறி இடம்பெயர்ந்து கொண்டிருந்தாள் விசாலாட்சி. ஒரு தாயின் சந்தோசங்கள், கனவுகள், மனநிம்மதியெல்லாம் சிதைந்து சுக்குநூறாவதை உணராமலேயே அவர்கள் சண்டை போட்டுக்கொண்டனர்.

"அம்மா நீ என்னோடதான் இருக்கிறாய். உன்ர காசு என்னிட்டத்தான் தரவேணும்." ரூபன் கட்டளையிட்டான்.

"இவ்வளவு காலமும் உன்னையும், அம்மாவையும் நான்தான் வைச்சுப் பாத்தனான். அம்மாவின்ர காசில எனக்கும் உரிமை இருக்குது" என்பாள் சியாமளா.

"உன்னையும் அம்மாவையும் கனடாவுக்கு கொண்டுவந்ததே நான்தான். அதை மறந்திடாத" என்பான் ரூபன்.

"கனடாவுக்கு வர்ரதுக்கு உனக்கு காசென்ன மரத்திலயா காய்ச்சுக் கிடந்தது. என்ர நகைநட்டு எல்லாத்தையும் வித்துத்தானே உன்னை அனுப்பினது. அதை மறந்திட்டியோ?"

“அப்ப அவ்வளவு காலமும் நான் இங்க இருந்து கஷ்டப்பட்டு உழைக்கேக்க அந்தக் காசு எங்கயிருந்து வந்தது எண்டு நீ நினைச்சியோ?”

“இந்த ஏழெட்டு வருசமா நீயும், அம்மாவும் என்ர வீட்டிலதானே இருந்தனீங்கள். நான் வாடகைக்கு விட்டிருந்தாலும் எனக்கு காசு வந்திருக்கும். நானும் தாய், சகோதரங்கள் எண்டு பேசாமல் விட்டுட்டன்” இந்த வாக்குவாதங்கள் பிள்ளைகள் வளரத் தொடங்கியதும் மனங்கள் முறிந்த நிலையில் ஒருவருக்கொருவர் எதிராளிகளாய்ப் போனார்கள். கொண்டாட்டங்கள், தொடர்புகள் கசந்துபோனது. உறவு துண்டிக்கப்பட்டது.

விசாலாட்சி எங்காவது மகளையும், பேரப்பிள்ளைகளையும் சந்தித்தால் அவ்வளவுதான். ரூபன் கத்தத்தொடங்கிவிடுவான். விசாலாட்சியும் மகனுக்குத் தெரியாமல் தன் கைச் செலவுக்கென்று வைத்திருக்கும் பணத்தை மகளின் கைகளுக்குள் திணிப்பாள். ஏதோ தன் பணம் பேரப்பிள்ளைகளுக்குப் பயன்படும் என்ற ஒரு சிறு நிம்மதி விசாலாட்சிக்குக் கிடைக்கும். தாயைச் சந்திக்கும் போதெல்லாம் மகளும் குத்திக்காட்டுவாள்.

“உன்னை நம்பி வீட்டை வாங்கிப் போட்டு, இப்ப நான் மோட்கேஜ் கட்ட வழியில்லாமல் அந்தரப்படுறன்” என்பாள் சியாமளா. இரண்டு பிள்ளைகளுக்கும் அவளது பணம்தான் தேவைப்படுகிறது. அவர்களது பிள்ளைகளுக்கு ஒரு மூதாட்டியின் பராமரிப்பும், பாதுகாப்பும் தேவைப்படுகிறது. ஆனால் ஒரு தாயின் அன்பும், பிள்ளைகளுடைய பாராமுகத்தால் ஏற்பட்டிருக்கும் வேதனையும் அவர்கள் கண்களுக்குத் தெரியவே இல்லை.

“என்ர வீட்டில இருக்கிறதெண்டால் நான் சொல்லுறபடி கேட்டுநட. இல்லையென்றால் அவளோடயே போய் இரு. மகன் இருக்கிறான் என்றதையே மறந்திடு” என்று பொரிந்துதள்ளுவான் ரூபன். இது அடிக்கடி நடக்கும் சண்டைதான்.

இந்த நிலைமையில்தான், சியாமளாவின் மகள் பெரிய பிள்ளையானாள். கோபதாபத்தை எல்லாம் விட்டுவிட்டு சியாமளா தம்பியின் வீட்டுக்கு வந்து அழைப்பு விடுத்தாள். ரூபனோ

அழைப்பிதழை வாங்கிக் கிழித்துக் குப்பைக் கூடையில் போட்டான். தாயையும் அங்கே போகக்கூடாதென்று உத்தரவு போட்டுவிட்டான்.

அந்த நினைவில் மூழ்கியிருந்த விசாலாட்சியை ரூபனின் குரல் உலுப்பியது.

“சொல்லண என்ன மரம் மாதிரி நிக்கிறாய்? எங்கால அந்தக் காசு. பென்சன் காசை ஒழிச்சு வச்சிருந்து பேத்திக்கு நகை செய்து குடுக்கிறியா. எத்தினை நாளாய் நடக்குது இந்தக் கூத்து..........”

“என்ர காசில என்ர பேத்திக்கு என்னண்டாலும் நான் வாங்கிக் குடுப்பன். அதை நீயேன் கேட்கிறாய்?” சீறினாள் விசாலாட்சி.

“அவளுக்கு வெக்க துக்கமில்லை. இன்னும் வறுகப் பார்க்கிறாள். உன்ர பென்சன் காசு உன்ர மருந்துச் செலவுக்கே காணாது. பிறகு அதில எடுத்து எல்லாருக்கும் தானம் பண்ணினால் உன்ர சாப்பாட்டுச் செலவை யார் பார்க்கிறது?.........” மகனின் வார்த்தைகளில் விசாலாட்சிக்கு நெஞ்சு வரண்டு போனது.

‘இவனை வளர்க்க நான் எவ்வளவு கஷ்டப்பட்டிருப்பன். இப்படி ஒருநாளாவது நான் சொல்லிக் காட்டியிருப்பனா? அதுகளைச் சொல்லிக் காட்டத்தான் ஏலுமா?’

“நான் உன்ர ஆம்பிளைப் பிள்ளை. நீ நான் சொல்லுறபடிதான் கேட்கவேணும். இனி அந்த வீட்டுப் படியேறினால் நான் மனிசனாகவே இருக்கமாட்டன்” என்றான் ஆத்திரத்துடன்.

மகன் காசு காசெண்டு கரிச்சுக் கொட்டுகிறான் என்று மகள் வீட்ட போனால் அங்கேயும் அதே புலம்பல் தான். விசாலாட்சிக்கு என்ன செய்வதென்றே தெரியவில்லை. மனம் நிம்மதியில்லாமல் தவித்தது. ஆறுதல் தேடி எங்காவது ஓடிவிடவேண்டும் போல ஒரு எண்ணம் உதித்தது. அதைவிடவும் சாப்பாட்டுச் செலவுக்குக் கணக்குப் பார்க்கும் மகனுடன் இனி இருக்கக் கூடாது என்று தீர்மானித்தாள்.

“உங்களோட இனி இருக்க ஏலாது. எல்லாருக்கும் என்ர காசுதான் முக்கியமாகப் படுகுது. ஒருத்தருக்கும் என்னைத் தேவையில்லை. ஒருத்தருக்கும் தாயின்ர அருமை தெரிய இல்லை. நான் சீனியர்

கோமுக்கு போறன். அங்கயாவது போய் நிம்மதியாக இருக்கிறன்'' என்று மகனுடைய காதுகளில் விழும்படி உரக்கச் சொன்ன விசாலாட்சி, தன்னை மாதம் ஒருமுறை வந்து கவனிக்கும் தாதியைத் தொலைபேசியில் தொடர்புகொண்டாள்.

தன்னுடைய உடமைகள் என்று சொல்லத் தக்க சில உடுபுடவைகளை பையொன்றினுள் திணித்துக்கொண்டு வெளியே செல்ல ஆயத்தமானாள் விசாலாட்சி. வீட்டுக்கு முன்பாகத் தாதிப்பெண் தனது காரில் வந்து இறங்கியபோதுதான் நிலமையின் விபரீதம் புரிந்தது ரூபனுக்கு. தாய் உண்மையிலேயே வீட்டை விட்டுப் போகப்போகிறாள் என்பதை உணர்ந்ததும் அவளை அதட்டி, மிரட்டி, கெஞ்சிக் கேட்டுப்பார்த்தான். மருமகள் சீதாவும் எவ்வளவோ மன்றாடினாள்.

''அம்மா எங்கயும் போயிடாதேங்கோ. நான் ஏதோ கோவத்தில கதைச்சுப்போட்டன். நான் ஆத்திரத்தில சொன்னதை ஏன் இவ்வளவு பெரிய பிரச்சினையாக எடுக்குறீங்க...'' ரூபன் கேட்டுக்கொண்டு இருக்கும்போதே உள்ளே நுழைந்த தாதிப்பெண் விசாலாட்சியிடமிருந்து அவளுடைய பையை வாங்கிக்கொண்டாள். யாரிடமும், எதுவும் சொல்லாமலேயே தாதியைப் பின்தொடர்ந்தாள் விசாலாட்சி.

ஏதோ வீறாப்பில் சீனியர் கோமுக்கு வந்துவிட்டாலும் இந்த இரண்டு நாட்களாக விசாலாட்சியால் சரியாக சாப்பிடவோ, தூங்கவோ முடியவில்லை. மக்கள், பேரப்பிள்ளைகளை விட்டு வந்தது துக்கமாக இருந்தது. குறிப்பாக குழந்தை மிதுன் 'அப்பம்மா.... அப்பம்மா....' என்று மழலை மொழியில் அழைத்தபடி தத்தித் தவண்டு வருவான். அவனைத் தூக்கி வைத்துக்கொண்டு கொஞ்ச வேண்டும் போல ஒரு உணர்வு மனதைப் பிசைந்தது. அவளையும் அறியாமல் கன்னங்களில் கண்ணீர் துளிகள் உருண்டன.

பாடசாலை விடுதியில் புதிதாகச் சேர்ந்த மாணவியை ஏனைய மாணவர்கள் தேற்றுவது போல அந்த ஹோமில் இருந்த முதியவர்கள் அவளைத் தேற்றினர்.

“புதுசில இப்படித்தான் இருக்கும். போகப்போக எல்லாம் பழகிப் போயிரும்.....”

“உங்களப் போலத்தான் நாங்களும். எங்களுக்கு மட்டும் பிள்ளை குட்டியள் இல்லையா...? நாங்களும் அதுகளக் கஷ்டப்பட்டுப் பெத்து வளர்த்தனாங்கள்தான். அதையெல்லாம் எங்க அவையள் யோசிக்கப் போகினம்?”

“காசு காசு என்று பறக்குதுகள்..... அவையளுக்குத் தேவை காசுதானே. இவ்வளவு காலமும் பெத்து வளர்த்த எங்களுக்கு ஒரு ஆறுதல் தர நினைக்கயில்ல அந்தப் பிள்ளையள்”

“என்ர மகன் இங்க பெரிய ரியல் எஸ்டேட்காரன். இந்த ஐயாவின்ர மருமகன் ரெண்டு ரெஸ்ட்டோரன்ட் நடத்துறார். கனடாவில அவையள் பெரிய புள்ளியள். காசுக்காரர். ஆனா பெத்த தாய் தகப்பன் எல்லாம்.......”

இந்தப் புலம்பல்களுக்கு நடுவே விசாலாட்சியின் சோகங்களும், வேதனைகளும் புதைந்து கரைந்துபோயின. என்றாவது ஒருநாள் தன்னை அழைத்துச் செல்லத் தன்னுடைய மகனும், மகளும் வருவார்கள் என்ற நம்பிக்கையுடன் அவர்களுக்காகக் காத்திருக்கிறாள் விசாலாட்சி.

ஈழுநாடு(கனடா), 15 ஒக்டோபர் 2010

காற்றுவெளி, ஒக்டோபர் 2010

வீரகேசரி, 28 நவம்பர் 2010

பதவி உயர்வு

அரசாங்கம் கொடுத்த புதிய ஜீப்பில் வீட்டுக்குத் திரும்பினார் பிரிகேடியர் சில்வா. திறந்த ஜீப்பில் வந்த அவரைக் கண்ட ஊர் மக்கள் கை அசைத்து வரவேற்றார்கள்.

கடற்படையில் முக்கிய பதவியில் இருக்கும் பிரிகேடியர் சில்வா வீடு வருவது மிகவும் குறைவுதான். இம்முறை இரண்டு நாள் விடுப்பில் வந்திருந்தார். ஜீப் சத்தம் கேட்டு வெளியே வந்த சுமனா அவரைக் கண்டதும் முகமெல்லாம் பல்லாக வரவேற்றாள். பல நாட்கள் காணாத கணவனைக் கண்ட சந்தோசத்தில் முகம் சிவந்து போனது அவளுக்கு.

பிரிகேடியர் சில்வாவின் கண்கள் மனைவியை அணைத்தபடி நாலாபுறமும் சுழன்றன. கணவனின் தேடலைப் புரிந்துகொண்ட சுமனா பதிலளித்தாள்.

"அசோக வெளிய போயிட்டான். இந்த முறை அவன் பிறந்த நாளுக்கு நீங்கள் பீ. எம். டப்ளியூ கார் வாங்கிக் குடுத்தாலும் குடுத்தீங்க. மகன் வீட்டில தங்கிற நேரம் குறைஞ்சு போச்சுது........"

"இந்த வயதில பொடியள் அப்பிடித்தான். எங்களுக்குக் கிடைக்காத வசதியள் எல்லாம் எங்கட பிள்ளைகளுக்குக் கிடைக்குது. அனுபவிக்கட்டும்."

"அவன் வேற யாரோடயும் ஊர் சுத்தினாலும் நான் கவலைப்பட மாட்டேன். அவனுக்கு அந்த ராஜாதான் இப்ப நல்ல கூட்டாளி.

அவனையும் ஏத்திக்கொண்டுதான் மகன் இப்ப திரியுறார்'' கணவன் வந்துவிட்ட சந்தோசத்தில் ஏதேதோ பேசி விட்டதை நினைத்து நாக்கைக் கடித்தாள் சுமனா.

அந்தத் தமிழ் பொடியனுடன் மகன் சுற்றுவதை அறிந்ததும் சில்வாவின் உடல் விறைத்தது. கோபத்தில் உஷ்ணமானார் அவர்.

''அவனுக்குச் சொல்லுறனான் அவங்கட சினேகிதம் கூடாதென்று. சொன்னால் கேட்கிறான் இல்லை..... அவங்கள நம்ப ஏலாது. நாளைக்கு என்னென்ன பிரச்சனையளை அசோகா தேடப் போகிறானோ தெரியாது'' கோபத்தில் வார்த்தைகளைக் கொட்டியபடி உள்விராந்தையில் கிடந்த சோபாவில் வந்து அமர்ந்தார் சில்வா.

பேச்சை மாற்ற விரும்பிய சுமனா அவசரமாக வேலைக்காரன் வேலுவை அழைத்தாள். கூனிக்குறுகி மாத்தையாவைப் பார்த்து ஒரு கூழைக் கும்பிடு போட்டுவிட்டுக் கைகட்டி நின்ற வேலுவிடம் உத்தரவிட்டாள்.

''மாத்தையா குடிக்கிறதுக்கு ரெண்டு இளநீர் பிடுங்கிக்கொண்டு வா'' தலையசைத்துவிட்டு விடுவிடென்று தோட்டத்தை நோக்கி விரைந்தான் வேலு.

''சரியான வெய்யிலுக்குள்ளால வந்திருக்குறீங்க. செவ்விளனியைக் குடிச்சுப் போட்டு கொஞ்சம் இளைப்பாறின பிறகு குளிச்சிட்டுச் சாப்பிடலாம் என்ன.....'' என்றாள் சுமனா தேனொழுகும் குரலில்.

சுமனாவுக்காகத் தலையை ஆட்டிய சில்வாவின் பார்வை கண்ணாடி பிரேமிற்குள் அடைபட்டிருந்த மகனின் புகைப்படத்தின்மீது படிந்தது.

வேலைத்தளத்தில்தான் சில்வா கண்டிப்பும் கடுமையுமாக இருப்பார். வீட்டுக்கு வந்துவிட்டால் ஒரே மகன் அசோகாவுடன் குழந்தையாகவே மாறிவிடுவார். அவன் சிறுவனாக இருக்கும்போது அவனைத் தூக்கித் தோள்களில் போட்டுக்கொண்டு விளையாடுவார். மகனுடன் கிரிக்கெட் அடிப்பது, கடற்கரை மணலில் பட்டம்விடுவது, பந்தடிப்பது என்று அசோகாவுடன் சகதோழனைப் போல

மாறிவிடுவார். மகன் வளர வளர சில்வாவுக்குப் பொறுப்புக்களும், பதவிகளும் உயர்ந்துகொண்டே போனது. வீட்டுக்கும் அடிக்கடி வரமுடியாமல் போனது. வேலை மும்முரத்தில் தன் குடும்ப மகிழ்ச்சியை தொலைத்துவிடுவது அவருக்கு வேதனைதான். மகனைப் படிப்பித்து ஒரு வைத்தியனாக்க வேண்டும் என்பது அவரது கனவு.

வெளியே ஜீப் நிற்பதைக் கண்டதும் துள்ளிக்கொண்டு வந்தான் அசோக. ஏற்கனவே தாய் இன்று தகப்பனார் வரப்போவதாகக் கூறி எச்சரித்திருந்ததால் அவன் அன்று வேளைக்கே வீட்டிற்கு வந்துவிட்டான்.

“அப்பா............”

மகனின் அழைப்பில் நெகிழ்ந்துபோனார் பிரிகேடியர் சில்வா. அவர் கோபம் எல்லாம் எங்கோ பறந்தோடிவிட்டது. அவனை அணைத்து உச்சிமுகர்ந்தார் சில்வா. மகனுக்கு ஆசையாகக் கொழும்பிலிருந்து வாங்கிவந்திருந்த லப்டப்பைக் கொடுத்து மகனின் முகத்தில் தெரிந்த ஆனந்தத்தைப் பெருமையுடன் கண்ணசைத்து மனைவிக்கு ஜாடை காட்டினார்.

“நீங்கள் தான் அசோகாவைப் பழுதாக்குறீங்க...” செல்லமாகக் கடிந்துகொண்டாள் சுமனா.

சிறிதுநேரம் மகனிடமும் மனைவியுடனும் அளவளாவிவிட்டு யூனிபோர்ம் பட்டனைத் தளர்த்தியபடி குளியலறைக்குள் நுளைந்தார் சில்வா.

விடுமுறையில் வந்த பிரிகேடியருக்கு இரண்டாம்நாளே தலைமையகத்திலிருந்து மறுபடி அழைப்பு வந்துவிட்டது. உடனேயே கிளம்பி விட்டார். இம்முறை அவருக்கு வழங்கப்பட்டிருந்த பணி மிகப்பெரியது. எப்படியாவது காரியத்தில் வெற்றி பெற வேண்டும் என்ற உறுதியுடன் புறப்பட்டார் பிரிகேடியர் சில்வா. அவரது வயதோ ஓய்வுக்கான எல்லையைத் தொட்டிருந்தது.

இராணுவப் பணியில் உற்சாகமாக ஈடுபட்டிருந்த சில்வா நாற்பது வயதில்தான் சுமனாவைப் பார்த்ததும் காதலில் விழுந்தார்.

அதன்பலன் இன்று அவர் அறுபதை நெருங்கிக் கொண்டிருந்தார். மகனோ இப்போதுதான் அரும்பு மீசையுடன் குறும்பு விளையாட்டில் பொழுதுபோக்கிக் கொண்டு இருந்தான்.

இந்த ராணுவ சேவையிலிருந்து ஓய்வுபெறும்போது நல்ல ஒரு பதவியில் இருக்க வேண்டும் என்பது அவரது ஆசை. பதவி உயர உயர சமூகத்தில் அவருக்கு மதிப்பும் உயர்ந்தது. வசதி வாய்ப்புக்கள், சலுகைகள் அதிகரித்துக்கொண்டே போனது. எல்லோரும் அவரைப் பயமும் மரியாதையும் கலந்த குரலில் பிரிகேடியர் என்றுதான் அழைப்பார்கள். அவரது பெயரைக்கூட யாரும் மறந்தும் உச்சரிக்க மாட்டார்கள்.

விடுமுறையை இரத்து செய்துகொண்டு கிளம்பும்போது அசோகவின் முகம் வாடிப்போயிருந்தது.

“அப்பா பென்சனுக்குப் போகவேண்டிய வயதில இதெல்லாம் தேவையா? அம்மாவுக்கு ஆறுதலா வீட்டோட இருக்கலாம்தானே. இந்த வயதில் உங்களுக்கு யுத்தமுனையில் அவ்வளவு ஈடுபாடோ..... எங்களைப் பற்றி நீங்கள் கொஞ்சம்கூடச் சிந்திக்கிறதில்லை” அசோக தந்தையுடன் கோபித்துக்கொண்டான்.

“அரசாங்கத்திடம் இருந்து எனக்கு மிக முக்கியமான உத்தரவு கிடைச்சிருக்குது. அதை மட்டும் வெற்றிகரமாக முடிச்சிட்டேன் என்றால் பிறகு இந்த பிரிகேடியர் சில்வா மேஜர் ஜெனரல் சில்வாதான். அதுக்குப் பிறகு நான் என்ர பிள்ளையோடயும், மனைவியோடயும் சந்தோசமாக இருப்பன். போர் என்ற பேச்சுக்கே இடமில்லை. இது எங்கட மண்ணுக்கான யுத்தம்...” புன்னகைத்தபடி அசோகவின் முதுகைத் தடவினார் பிரிகேடியர்.

“ஓமோம், மண்ணுக்கான யுத்தம் என்று சொல்லிக்கொண்டு எத்தனை அப்பாவி சனங்கள் அநியாயமா உங்கட குண்டுகளுக்குப் பலியாகினம். பாவம் அந்தச் சனங்கள் எவ்வளவு கஷ்டப்படுகுதுகள்.” மகனின் பேச்சு கடுப்பேற்ற, எதுவும் பேசாமல் இறுகிய முகத்துடன் தொப்பியை அணிந்துகொண்டு வெளியேறினார். சுமனாதான் மகனை லேசாகக் கடிந்துகொண்டாள்.

சில்வா திரும்பிப் போன மறுநாளே மறுபடியும் யுத்தம் ஆரம்பித்து விட்டிருந்தது. அந்த யுத்தம் இரண்டு ஆண்டுகள் வரை நீடித்தது. அதுவரை சில்வாவை அவர்களால் சந்திக்கக்கூட முடியவில்லை. சுமனா வானொலி, தொலைக்காட்சிச் செய்திகளைத் தவறாமல் கேட்கத் தொடங்கினாள். தாயைப் பார்க்க மிகவும் வேதனையாக இருந்தது அசோகவிற்கு. அவனுக்குத் தந்தையை நினைக்கும்போது அச்சமாகத்தான் இருந்தது. ஏனோ அவனுக்கு போர் என்றாலே மிகவும் வெறுப்பாக இருந்தது. யுத்தத்தில் காயமடைவோர், இறப்பவர்கள் குடும்பங்கள் பற்றி நினைத்து வேதனைப்படுவான்.

இம்முறை கடற்சமரில் தமது இலக்கை சில்வா வெற்றிகரமாக அடைந்துவிட்டதாக செய்தி வந்தபோது சுமனாவால் மகிழ்ச்சியைத் தாங்க முடியவில்லை. கூடவே சில்வாவுக்கு மேஜர் ஜெனரல் பதவியும் வழங்கப்படவிருந்தது. அவரது வெற்றியைக் கொண்டாட மறுபடியும் இரண்டுவார விடுமுறையில் வந்துவிட்டார் சில்வா.

அசோகவிற்குத்தான் உள்ளூர ஒரு கவலை. இந்த வெற்றிக்குப் பின்னால் எத்தனை இழப்புக்கள்........, மனித அவலங்கள்........ அவனால் நினைத்துப் பார்க்காமல் இருக்க முடியவில்லை.

அசோகவிற்கு பாடசாலையில் பரீட்சையிருந்த காரணத்தினால் இரண்டு நாட்கள் கழித்து தாயும் மகனும் பதவியேற்பு விழாவன்று வந்து சேர்வதற்கான ஒழுங்குகளைச் செய்துவிட்டு பிரிகேடியர் சில்வா கொழும்புக்குப் பயணமானார்.

பத்திரிகைகளில் எல்லாம் பிரிகேடியர் சில்வாவின் நெறியாள்கையையும், தலைமைத்துவப் பண்புகளையும் பற்றிப் பந்தி பந்தியாகக் கட்டுரைகள் வெளியாகின. நண்பர்களின் விருந்துபசாரங்களில் மூச்சுத் திணறிப் போனார் பிரிகேடியர். மறுநாள் பதவியேற்பு வைபவம் நடக்க இருந்தது. முதல்நாள் அதிகாரிகள் கலந்துகொண்ட பெரிய விருந்தில் உற்சாகமாக கலந்துகொண்டபோதுதான் அந்தத் தொலைபேசி அழைப்பு வந்தது.

இரண்டு நாட்களுக்கு முன் பார்த்த மகனுக்கு என்ன நேர்ந்துவிட்டது? துடித்துப் போனார் பிரிகேடியர். அவசர

அவசரமாக விருந்து வைபவத்திலிருந்து புறப்பட்டார். உயிருக்கு ஆபத்தான நிலையில் அசோக வைத்தியசாலையில் அனுமதிக்கப் பட்டிருப்பதாகவும், உடனே வீட்டிற்குத் திரும்பும்படியும் அவரது ஊரில் வசிக்கும் சுமனாவின் தமையனே செய்தியைச் சொல்லிவிட்டுத் தொலைபேசியை வைத்துவிட்டார்.

மகனுக்கு என்ன நடந்ததோ என்று நினைக்கும்போதே நெஞ்சு இரண்டாகப் பிளந்துவிடும் போன்ற வேதனையை உணர்ந்தார் பிரிகேடியர் சில்வா. மறுபடியும் தொலைபேசியில் தொடர்பு கொள்ள முயற்சித்த போதும் யாருடனும் தொடர்பை ஏற்படுத்த முடியாமல் இருந்தது. ஏதோ விபரீதம் நடந்துவிட்டது என்பது மட்டும் நன்றாகப் புரிந்தது சில்வாவுக்கு. அரச உலங்கு வானூர்தியிலும் பின்னர் டாக்சியிலும் பயணித்து விரைவாகவே வீட்டை நெருங்கினார்.

புயலுக்குப் பின் தோன்றும் ஒருவித மயான அமைதி அவர் மூச்சை முட்டியது. உறவினர்கள், அக்கம்பக்கத்தார் என்று வீட்டில் குழுமி நின்ற கூட்டம் அப்போதும் ஒருவித பயத்துடன் விலகி பிரிகேடியருக்கு வழிவிட்டது. அவர்கள் கண்களில் இருந்த ஏதோ ஒன்று அவரை மிரட்ட, மெல்ல வீட்டினுள் காலடி எடுத்துவைத்தார்.

சில்வா வந்துவிட்டதைக் கண்டதும் வெள்ளை நிறச் சேலை அணிந்திருந்த சுமனா ஓடி வந்து கணவனை அணைத்துக்கொண்டு ஓவென்று கதறினாள். அழுது அழுது அவள் கண்கள் வீங்கிச் சிவந்திருந்தன. தொண்டை வறண்டு குரல் கம்மியிருந்தது. அவளால் கணவனை நிமிர்ந்துபார்த்துச் சரியாகப் பேசக்கூட முடியவில்லை. சிலையென நின்றார் பிரிகேடியர் சில்வா.

"அசோகா எங்கள விட்டுட்டுப் போயிட்டான்........" சுமனா கதறுவது கனவு போல இருந்தது. அவரால் நம்பமுடியவில்லை. 'என்ன நடக்கிறது இங்க? என்ர மகனுக்கு என்னாயிற்று?' சிந்தனையினூடே சோர்ந்து விழுந்த மனைவியை இறுகப்பற்றினார். அவர் கண்களில் இருந்து கண்ணீர்த் துளிகள் எட்டிப்பார்த்தன.

அவரது சந்தேகத்திற்கு சூழ நின்றவர்கள் விளக்கம் கொடுத்தனர்.

“அசோகவும் அந்தத் தமிழ் பொடியன் ராஜாவும், இன்னும் ரெண்டு மூன்று பொடியன்களும் சேர்ந்து நேற்று மத்தியானம் கடலுக்குக் குளிக்கப் போயிருக்கினம். போன இடத்தில அந்தப் பொடியன் ராஜாவைப் பெரிய அலையொன்று இழுத்துக்கொண்டு போயிருக்குது. அவன் உதவி கேட்டு கத்தியிருக்கிறான். ஒருத்தரும் போக இல்லை. எங்கட தம்பி அசோக அவனோட நல்ல சினேகிதம்தானே. நண்பனுக்கு ஆபத்து என்றதும் உதவி செய்யுறதுக்காகக் கடலுக்க பாய்ந்து, ராஜாவுக்கு உதவிசெய்யப் போயிருக்கிறான். அது அலை ரெண்டு பேரையும் இழுத்துக் கொண்டு போயிற்றுது.”

அதிர்ச்சியில் உறைந்து போனார் சில்வா. அந்த நேரத்திலும் ஆற்றாமையோடு கோபமும் கலந்து வெளிப்பட்டது. “அசோக்காவுக்கு எத்தனை தடவை சொல்லியிருக்கிறன் அந்த சினேகிதம் எங்களுக்குக் கூடாதென்று” சில்வாவின் உதடுகள் முணுமுணுத்தன.

சுமனாவின் தமையன் அருகில் வந்து சில்வாவைத் தேற்றினார். “கடல் இழுத்துக்கொண்டு போனாலும் எப்பிடியும் ரெண்டு பேரும் உயிரோட திரும்பி விடுவினம் எண்டுதான் விடிய விடிய ஆட்களை அனுப்பித் தேடினனாங்கள். கடைசியில ரெண்டுபேரின்ர உடல்களும்தான் ஒன்றாகக் கரை ஒதுங்கியிருக்கிறதா தகவல் கிடைச்சுது.” சொல்லும் போதே விம்மிவிட்டார் அவர்.

சில்வாவால் தாங்க முடியவில்லை. இடிவிழுந்தவர்போல நொடியில் ஒடுங்கிப் போனார். எதுவும் பேசாமல் மௌனமாக வந்து சோபாவில் விழுந்தார். பெண்கள் இருவர் கைத்தாங்கலாகச் சுமனாவை அழைத்து வந்து பிரிகேடியர் சில்வாவின் அருகில் அமரச் செய்தனர். கணவனும் மனைவியும் ஒருவரை ஒருவர் கட்டிக் கொண்டு அழுதனர். தேற்றும் திராணியற்றுக் கூடியிருந்தவர்களும் கண்ணீர்விட்டு அழுதனர்.

கடற்கரையில் காலையில் கண்டெடுத்த உடல் மாலை வேளையில்தான் இவர்களிடம் ஒப்படைக்கப்பட்டது. பிரேதப் பெட்டி கட்டப்பட்டிருந்தது. அது திறப்பதற்குக்கூட அனுமதிக்கப்படவில்லை.

“தண்ணியில கிடந்து உடம்பு நல்லா உப்பிப்போச்சுது. பத்தாததுக்கு மீனுகளும், காகங்களும்..........”

கதறிவிட்டார் மேஜர் ஜெனரல் சில்வா.

“ ஐயோ என்ர மகனுக்கா இப்படி ஒரு சாவு வரவேணும். அவன் அப்பாவி. யாரும் புண்படுறதைக்கூட அவன் விரும்பமாட்டானே. நான்தான் கல் நெஞ்சன். அவன் ஒவ்வொரு உயிரையும் தன்ர உயிர் மாதிரி நேசிச்சவன். அவனுக்கா இந்த நிலைமை.....?” பிரிகேடியர் உரக்கக் குரலில் சொல்லிச் சொல்லி பிரேதப் பெட்டியின்மீது விழுந்து புரண்டார்.

இரண்டொருவர் தைரியமாக முன்வந்து அவரை ஆசுவாசப்படுத்தினர். வேரற்ற மரமாய்ச் சாய்ந்திருந்த சுமனா தலையை உயர்த்திப் பார்த்தாள்.

“எங்கட பிள்ளை அநியாயமாகச் சாகயில்லை. அவன் ஒரு உயிரைக் காப்பாத்துறதுக்காகத் தன்ரை உயிரைக் கொடுத்திருக்கிறான். அவனைப் போல ஒரு பிள்ளையப் பெத்ததுக்காக நான் பெருமைப்படுறன்.” உறுதியான குரலில் பேசினாள் சுமனா. அவளது சொற்கள் ஏனோ சில்வாவின் நெஞ்சில் ஈட்டிபோல் பாய்ந்தன.

இருட்டுவதற்கு முன்பாகவே இறுதிக்கிரியைகள் எல்லாம் முடிந்து விட்டிருந்தன. சாவி கொடுத்த பொம்மைகள் போல சில்வாவும், சுமனாவும் இயங்கினர். கண்மூடித்திறப்பதற்குள் இருபத்திரண்டு ஆண்டுகள் பெற்றெடுத்துப் பேணி வளர்த்த அருமைச் செல்வன் ஒரே நாளில் சாம்பலோடு சாம்பலாய் கரைந்து போனான். பிள்ளையைப் பறிகொடுத்த துயரத்தை இருவராலும் தாங்கிக்கொள்ள முடியாமல் இருந்தது.

அசோகவின் திடீர் மறைவை அறிந்ததும் உடனடியாகவே சில்வாவுக்கு வழங்கப்பட இருந்த பாராட்டு விழாக்கள், விருந்து உபசாரங்கள், விருது விழா என்பன ரத்துச் செய்யப்பட்டன. சில்வாவுக்கு இந்த உலக ஞாபகமே இல்லாமல் போயிருந்தது.

அப்போதுதான் அந்தக் கடிதம் அவர் கண்களில் பட்டது. மரண வீட்டின் அல்லோல கல்லோலத்தில் மறுநாள் வந்த அரச முத்திரை

பதித்த கடிதத்தை சில்வா பிரித்துப் பார்க்கவே இல்லை. சுமனாதான் அதை அவர் பார்வைக்காக கொண்டுவந்து அவரது அலுவலக அறை மேசையில் போட்டுவிட்டுப் போனாள். பிரிக்க மனமற்று கடிதத்தைப் பிரித்தார் சில்வா. மரண வீட்டிற்கு முதல்நாள் திகதியிடப்பட்ட கடிதம் அது. பிரிகேடியர் சில்வாவுக்கு மேஜர் ஜெனரல் பதவி வழங்கியுள்ளமைக்கு வாழ்த்துத் தெரிவித்திருந்தது. கூடவே அவரது சேவை தமக்கு மிகவும் அவசியம் தேவைப்படுவதால் மேஜர் ஜெனரல் சில்வா விரும்பின் அவரது சேவைக்காலத்தை மேலும் நீடிக்கலாம் என்றும் கடிதத்தில் குறிப்பிடப்பட்டிருந்தது.

கடிதத்தை வாசித்த போது அவரது உதடுகள் ஏளனமாய் வளைந்தன. "அசோக..." என்று அவர் உதடுகள் முணுமுணுத்தன. சுவரில் மாட்டியிருந்த அசோகவின் புகைப்படத்தில் அவர் பார்வை பதிந்தது. தனக்குக் கிடைத்த கேடயங்கள், தங்கமெடல்கள் எல்லாவற்றையும் இரண்டு கைகளிலும் அள்ளியெடுத்துக்கொண்டு போய் அசோகாவின் படத்திற்கு கீழே வைத்தார். கண்களை இறுக மூடிக்கொண்டார். அவர் கண்களில் இருந்து கண்ணீர் ஆறாகப் பெருகியது.

"அந்த ஒரு உயிரை காப்பாத்த வேணும் என்ற ஒரே நோக்கத்துக்காக உயிர் விட்டவன் நீ. நானோ என்ர ஒரே நோக்கத்திற்காக எத்தனை உயிர்களை அநியாயமாகக் காவு கொண்டிருக்கிறன்" மேஜர் ஜெனரல் சில்வாவின் உதடுகள் முணுமுணுத்தன. சேவை நீடிப்புக்கோரி வந்திருந்த கடிதத்தை எடுத்து கிழித்துப்போட்டார். அவர் உடல் குலுங்கியது. அவர் தோள்களை ஆதரவாக வருடியது சுமனாவின் கரங்கள். மெல்லத் திரும்பி அவள் தோளில் சாய்ந்து விசும்பினார் சில்வா.

(2009ஆம் ஆண்டு, 'ஞானம்' சஞ்சிகை நடாத்திய, அமரர் செம்பியன்செல்வன் ஞாபகார்த்த சிறுகதைப் போட்டியில் பரிசு பெற்றது)

ஈழநாடு(கனடா), 01 யூலை 2010

ரேடியோப்பெட்டி

அப்பொழுதுதான் வேலை முடிந்து வீட்டுக்கு வந்திருந்தேன். மாலதி சாப்பாடு பரிமாறிவிட்டுக் குழந்தைக்கு ‘பம்பஸ்’ மாத்தவென்று உள்ளே புகுந்தவள் இன்னும் வெளியே வரவில்லை. அவள் மணக்க மணக்க சமைத்திருந்த மட்டன்கறியைச் சாப்பிட்டது, நெஞ்சுக்குழிக்குள் பந்தை இறுக்கியது போல ஒரு அமுக்க உணர்வு.

என்னதான் இருந்தாலும் மாதம் ஒருக்காவாவது மட்டன் சாப்பிடாமல் என்னால் இருக்க முடியாது.

“ஏப்ப்.....”

என்னையும் மீறிக்கொண்டு கொஞ்சம் சத்தமாகவே ஏப்பம் ஒன்று வெளிப்பட்டது.

“ஏப்ப்ப்....” மறுபடியும்.

மாலை ஆறுமணி என்று சொல்ல முடியாமல் யன்னல் கண்ணாடிகளில் சூரிய ஒளிபட்டு கண்களைக் கூசச் செய்தது. வெளியில் வெயில் அடித்தாலும் வீட்டுக்குள் லேசாகக் குளிர்ந்தது. மெல்லிய சேர்ட் ஒன்றை எடுத்து அணிந்துகொண்டு விறாந்தைக்கு வந்தேன். என் கைகள் இயல்பாக ரிமோட்டைத் தேடிப் பட்டனை அழுத்தத் தொலைக்காட்சி உயிர்பெற்றது.

“அப்பாடி....” என்றபடி சோபாவில் அமர்ந்து, ‘கொபி’ டேபிளில் கால்களைத் துாக்கிப் போட்டதுதான் தாமதம். தொலைபேசி மணி

கிணுகிணுத்தது. அலுத்துக்கொண்டே ரிசீவரைத் தூக்கிக் காதில் பொருத்தினேன்.

மறுமுனையில் பூரணம் மாமி.

"தம்பி எப்படி இருக்குறீங்க?"

பூரணம் மாமி ஏதாவது அலுவல் இல்லாமல் எனக்கு போன் எடுக்கமாட்டா.

"இருக்கிறன். சொல்லுங்க மாமி......"

மாமி நேரடியாக விசயத்துக்கு வந்தா.

"தம்பி நான் ஒருக்கா ரேடியோக் கடைக்கு போக வேணும். என்ர ரேடியோ இன்றைக்கு விடிஞ்சதில இருந்து வேலசெய்யுதில்ல. திருத்தவேணும்..... குறைநினைக்காமல்.... ஒருக்கா வர ஏலுமே தம்பி......."

"சரி மாமி. நீங்க வெளிக்கிடுங்க. நான் இறங்கேக்க அடிக்கிறன். கீழ் புளோருக்கு வாங்க.." என்றபடி ரிசீவரை வைத்தேன். எதிரே முகத்தில் சிடுசிடுப்புடன் மாலதி நின்றுகொண்டிருந்தாள்.

அவள் விசயத்தை ஊகித்திருப்பாள் போல.

"என்னப்பா வரட்டாமோ....?" ஏளனமாக அவள் வார்த்தைகள் உதிர்ந்தன. வந்து என்னருகில் அமர்ந்துகொண்டாள்.

"ஓம். பாவம் மனுசி. தனிய இருக்கிறது. கூப்பிடுறா ஒருக்கா போயிற்றுவாறன். இப்பிடிப்பட்டவைக்கு உதவி செய்தால் எங்களுக்குப் புண்ணியம் தானே...." என்றேன்.

மாலதியை ஏதாவது சொல்லித் தேற்ற வேண்டும். இல்லாவிட்டால் அவள் புறுபுறுக்கத் தொடங்கிவிடுவாள்.

வேலைக்குப் போய்விட்டு வீட்டுக்கு வந்தால் குறைந்தது இரண்டு மணித்தியாலமாவது ஓய்வு எடுத்துவிட்டுத்தான் மறுவேலை செய்வேன். ஆனால் பூரணம் மாமி விசயத்தில மட்டும் நான் விதிவிலக்கு.

ஊரில பூரணம் மாமி வீடு எங்கட வீட்டுக்கு பக்கத்து வீடுதான். அதோட எனக்கு அவ அப்பாவின்ர வழியில தூரத்து சொந்தம் வேற.

நான்... விசாகன், வனஜா, கிருபாகரன்.....

நாங்கள் எல்லாரும் ஒருதாய் பிள்ளையள் போலத்தான் பழகுவோம். பூரணம் மாமி வீட்டபோனால் அவா என்னைச் சாப்பிடாமல் போகவே விடமாட்டா. அம்மாவின்ர சமையலை விடவும் பூரணம் மாமிதான் நல்லாச் சமைப்பா. அங்க குழம்பு கொதிக்கிற வாசனையைப் பிடிச்சே எனக்கு பசி வந்திரும். ஏதாவது சாட்டுச் சொல்லிவிட்டு பூரணம் மாமி வீட்டுக்கு ஓடீருவன்.

இரவு, பகல் எந்தநேரமும் நான் அங்கதான்.

வனஜா அக்கா எனக்கும், கிருபாவுக்கும் கணக்குப் பாடமும், விஞ்ஞானமும் சொல்லித்தருவா. படிச்சுக்கொண்டு இருக்கேக்க பூரணம் மாமி தேத்தண்ணி போட்டுக்கொண்டு வந்து தருவா. அதோட பனங்காப் பணியாரமோ, முறுக்கோ, வடையோ ஏதாவது ஒண்டு இருக்கும். அதுக்காகவே நான் நாள் தவறாமல் படிக்கப்போவன்.

வளர்ந்த பிறகும் மனுசி என்னைத் தன்ர பிள்ளையளைக் கவனிக்கிற மாதிரித்தான் கவனிச்சா.

அளவெட்டியில இருந்து இடம்பெயர்ந்த பிறகு அவை யாழ்ப்பாணத்தில சொந்தக்காரர் வீட்ட இருந்தவை. நாங்க எங்களுக்குத் தெரிஞ்ச ஆட்கள் கோண்டாவிலில இருந்தவை, அவையளோட தங்கீட்டம். அப்பவும் ஏ. லெவல் படிக்க யாழ்ப்பாணத்துக்கு டியூசனுக்கு வரேக்க கிருபா தன்னோட என்னையும் வீட்டுக்கு இழுத்துக்கொண்டு போவான். அங்கதான் சனி, ஞாயிற்றுக்கிழமையள்ள மத்தியானச் சாப்பாடு.

அவ்வளவு கஸ்டத்திலயும் மனுசி முகம் கோணாமல் எனக்கும் சாப்பாடு தரும்.

இடம் பெயர்ந்த நேரம் வீட்டில ஷெல் விழுந்தப்போ அப்பாவும் இறந்ததினால எங்களுக்குக் கொஞ்சம் கஸ்டம்தான். சில நேரங்களில

டியூசன் காசு கட்டவும் வசதியிருக்காது. பூரணம் மாமி இரண்டொரு தடவை எனக்கு டியூசன் பீஸ் கட்ட காசும் தந்திருக்கிறா.

பழைய நினைவுகளுடன் பூரணம் மாமியை ஏற்றிக்கொண்டு என் கார் ரேடியோக் கடையை நோக்கிப் பறந்துகொண்டிருந்தது.

எனக்கு வலப்புறமாக அமர்ந்திருந்த பூரணம் மாமி ஒரு குழந்தையை அணைத்திருப்பது போல ரேடியோவை மடியில் வைத்திருந்தார். என் முகத்தில் லேசாகப் புன்னகை அரும்பியது.

'வயது போகப் போகப் பூரணம் மாமி குழந்தையாகவே மாறிவிட்டா'

'அதைத் தாங்களென் மாமி. பின் சீட்டில வைக்கிறன்' என்றபடி ரேடியோவுக்காகக் கையை நீட்டினேன்.

"வேண்டாம் தம்பி, நான் வைச்சிருக்கிறன்" என்றபடி முன்னிலும் அதிகமாக ரேடியோவை அணைத்துக்கொண்டா.

ஒரு பிள்ளையை வருடுவது போல அந்த ரேடியோவைத் தன் மெல்லிய விரல்களால் தடவிக்கொடுத்துக் கொண்டிருந்தா.

'தனிய இருக்கிற மனுசிக்கு இந்த ரேடியோதானே பொழுதுபோக்கு.....' என்னுள் நினைத்துக்கொண்டேன்.

பூரணம் மாமியின் முகத்தில் ஏதோ ஒருவித சோகம் அப்பிக் கிடந்தது....!

பாவம் அவவும். மூன்று பிள்ளைகளை கஷ்டப்பட்டு, பெத்து வளர்த்தும் இண்டைக்கு ஆரும் இல்லாத அனாதைபோல தனியக் கிடந்து கஸ்டப்படுகிறா.

கார் ரேடியோ கடை இருக்கும் பக்கமாக வேகமாக நகர்ந்து கொண்டிருந்தது.

பூரணம் மாமியின்ர மூன்று பிள்ளையளும் கனடாவிலதான் இருக்கினம். ஆனால் அவையளுக்குத் தாயைக் கவனிக்க நேரமில்ல.

திருமணம் முடித்துக் கொடுத்த பின்னர் பெத்த பிள்ளைகள் எல்லாம் மூன்றாம் மனிதர்களாகிப் போனார்கள். அவர்களும், அவர்களது தேவைகளுமே பிள்ளைகளுக்குப் பெரிதாகப்பட்டது.

பெற்றவர்களைக் கவனிக்க அவர்களுக்கு நேரம் போதவில்லை. கடைசி மகன் கிருபாவுடன் அவர்களால் தொடர்ந்து வசிக்க முடியவில்லை. அவ்வப்போது வீட்டுக்கு காவலாளியாகவும், பிள்ளைகளைப் பராமரிக்கும் ஆயாவாகவும் மட்டுமே அவர்களுக்குப் பெற்றோர் பயன்பட்டனர்.

அங்கிளால் பொறுக்கமுடியவில்லை.

அதுவும் அவர் ஆஸ்துமா வந்து இழுத்துக்கொண்டு கிடக்கும்போதும், பூரணம் மாமி காய்ச்சல் வந்து இருமி, வாந்தியெடுக்கும்போதும் பிள்ளைகளும், பேரப்பிள்ளைகளும் அவர்களை வேண்டாப் பொருளாகவே பார்த்தனர்.

'பிள்ளைகளுக்கு எங்களால எந்த இடைஞ்சலும் வரக்கூடாது' என்றபடி அவர்கள் மனங்கோணாமல் அங்கிள் பூரணம் மாமியையும் கூட்டிக்கொண்டு தனிக்குடித்தனம் வந்துவிட்டார்.

பெற்றோர்கள் தாங்களாகவே விலகிக்கொண்டதில் பிள்ளைகளுக்கும் திருப்திதான்.

எப்போதாவது பெற்றோரின் நினைவு வரும்போது வந்து பார்த்துவிட்டு போவதோடு அவர்கள் உறவு முடிந்துவிடும்

அங்கிள் இருக்கும்வரை பூரணம் மாமிக்குத் தனிமை பெரிதாகத் தெரியவில்லை. போன வருடம்தான் அங்கிள் திடீரென்று நெஞ்சை வலிக்கிறதென்று படுக்கையில் சாய்ந்தவர் அடுத்த சில நிமிடங்களிலேயே உயிர் பிரிந்துவிட்டது.

தகப்பனின் காரியங்கள் முடிந்த பிற்பாடு பிள்ளைகள் அடியோடு தாயை மறந்துவிட்டார்கள். பூரணம் மாமியும் திடீரென்று பத்துவருடங்களைக் கடந்து விட்டவாபோல தளர்ந்துபோனா.

வயதின் முதிர்ச்சியைவிட, பிள்ளைகளால் ஒதுக்கப்பட்ட தனிமை வாழ்வே அவவை இன்னும் ஒடுக்கி விட்டது.

நானும் கிருபாவிடம் எவ்வளவோ சொல்லிப்பார்த்தேன். இப்போதெல்லாம் அவன் என்னைக் கண்டாலே ஓடி ஒழித்துக் கொள்கிறான்.

ஏதோ என்னால் முடிந்தது என்று அப்பப்போ பூரணம் மாமி கூப்பிடும் குரலுக்கு உதவியாய் இருக்கிறன்.

ஒரு மணி நேரமாகியும் ரேடியோ திருத்திய பாடில்லை. கடைக்காரர் எவ்வளவோ சொல்லியும் பூரணம் மாமியும் கேட்பதாக இல்லை.

"அம்மா இந்த ரேடியோ பழசாய் போட்டுது. திருத்துறது கஸ்டம். பேசாமல் புதுசா ஒரு ரேடியோ வாங்குங்களேன்" என்ற கடைக்காரரைக் கெஞ்சுவது போல பார்த்தாள் பூரணம் மாமி.

"இல்லத் தம்பி. இந்த ரேடியோவை எப்பிடியாவது திருத்தித் தாங்க. இது அவ்வளவு பழைய ரேடியோ இல்ல. இப்பத்தான் வாங்கி ஒரு வருஷமாகுது"

"அம்மா போன வருஷம் திருத்த வரேக்கயும் இதையேதான் சொன்னீங்க" என்று கடைக்காரர் சொன்னது காதில் விழாதவள் போலத் தலையைத் திருப்பிக்கொண்டாள்.

"வேற கடையில குடுத்திருக்கலாம் தம்பி...." என்னருகே வந்து காதில் கிசுகிசுத்தாள்.

"இல்ல மாமி. அவர் சொல்லுறது உண்மைதான். உதைத் திருத்திற காசுக்கு வேற புது ரேடியோவே வாங்கீரலாம். அதுவும் அவர் திருத்த ஏலாது எண்டு புறுபுறுத்துக்கொண்டு இருக்கிறார்."

நான் இரண்டாவது தடவையாகச் சொல்லிவிட்டேன் மாமியும் அசைவதாக இல்லை. எனக்கு எரிச்சலாக வந்தது.

'பழைய ரேடியோவைத் தூக்கி எறிஞ்சுட்டு ஒரு புது ரேடியோ வாங்கக் கூடாதா?...... பென்சன் காசு நல்லா வருகுதுதானே. கிருபா சொல்லுறதும் சரி போலத்தான் இருக்கிறது. வயது போகப் போக மனுசிக்கு பிடிவாதமும் கூடிக்கொண்டு போகுது. மனுசி இனிக்காசை மிச்சம் பிடிச்சு ஆருக்குக் குடுக்கப் போகுதோ..........?'

என் சிந்தனையைக் கலைத்தது மாமியின் கனிவான குரல்.

"தம்பி நீங்கள் அந்த ரிம்கொட்டனில ஏதாவது சாப்பிட்டுட்டு, கோப்பியும் குடிச்சுட்டு வாங்களேன். அதுக்கிடையில அவர் ரேடியோவை திருத்தீருவார்."

"பூரணம் மாமி என்ர முகத்தில இருந்து என் மனநிலையை ஊகித்திருப்பாவோ"

சங்கடத்துடன் எனது மேவாயைத் தடவினேன்.

"மாமி உங்களுக்கு ஏதாவது......."

"எனக்கு ஒண்டும் வேண்டாம் தம்பி. இந்த ரேடியோ பாடும்வரைக்கும் என்ர வாயில பச்சைத் தண்ணியும் படாது" ஏதோ விரதம் பூண்டவள் போலப் பூரணம் மாமி சொன்னது மேலும் எரிச்சலைத்தர எழுந்து ரிம்கொட்டனை நோக்கி நடந்தேன்.

நான் திரும்பி வந்தபோது பூரணம் மாமி ஒரு ஓரமாகக் கிடந்த கதிரையில் அமர்ந்து நிலத்தையே பார்த்தபடி அமர்ந்திருந்தா. கடைக்காரர் என்னைக் கண்டதும் புன்னகைத்தார். அவர் கைகள் வேறு ஒரு ரேடியோவை சரிபார்த்துக்கொண்டிருந்தன.

"அண்ண, நீங்களாவது அந்த அம்மாவுக்குச் சொல்லக்கூடாதா. நான் ஏற்கனவே ரெண்டு மூன்று தடவை இந்த ரேடியோவைத் திருத்திப் போட்டன். போனமுறை அந்த அம்மாட்ட சொன்னனான். இனி உதைத் திருத்த ஏலாது. புதுசா ஒரு ரேடியோவை வாங்குங்கோ எண்டு."

எங்கள் சந்தடி கேட்டு பூரணம் மாமி எழுந்து என்னருகில் வந்து விட்டா. எனக்கு அவவைப் பார்க்கப் பார்க்க எரிச்சலாக வந்தது.

'வேலைக்களைப்போட பாவம் மனுசியெண்டு நான் பார்த்தால்......... மனுசி காசு செலவழிக்க இந்தப் பாடுபடுகுது. இதுக்கு நானே பேசாமல் ஒரு புது ரேடியோவை வாங்கிக் குடுத்திடலாம் போல இருக்குது'.

"மாமி இந்தப் பழைய ரேடியோவைத் தூக்கிப் போட்டுட்டு, ஒரு புதுரேடியோவை வாங்குங்களேன். வேணுமெண்டால் நானே ஒரு நல்ல ரேடியோவொன்டு உங்களுக்கு வாங்கித்தாறன்"

நான் இப்படிக் கேட்பேன் என்று மாமி கொஞ்சமும் எதிர்பார்க்கவில்லை போலும். சில நிமிடங்கள் மௌனமாக என் முகத்தைப் பார்த்தா. பின்னர் புன்னகைத்தபடியே பதில் சொன்னார்.

“நீ போ. உனக்கு என்ன தெரியும் இந்த ரேடியோவைப் பற்றி...” என்ற பூரணம் மாமி, கடைக்காரரைப் பார்த்து,

“தம்பி இந்த ரேடியோவை எப்படியெண்டாலும் திருத்தித் தாங்க. நான் காசு எவ்வளவு எண்டாலும் தாறன்” என்றாள்.

என்னை அர்த்தபுஷ்டியுடன் பார்த்த கடைக்காரர், “அம்மா, இப்ப போயிற்று நாளைக்கு வாங்க. நான் நாளைக்கு ஏதாவது திருத்த ஏலுமா என்று பார்க்கிறன்” என்றார் கடைக்காரர்.

வழிநெடுக பூரணம் மாமி அமைதியாகவே வந்தா. நானும் அவவைத் தொல்லைப்படுத்த விரும்பவில்லை. அவவின் குழந்தைத்தனமான செய்கைக்காகக் கோபப்படுவதா, சிரிப்பதா என்று எனக்குப் புரியவில்லை.

மறுநாள் காலை நான் வேலைக்கு போய்விட்டு வீட்டுக்குத் திரும்பிக் கொண்டிருந்தேன்.

கேன்போன் தன் அதிர்வலைகளை எழுப்பியது. அப்போதுதான் எனக்கு பூரணம் மாமியின் ஞாபகம் வந்தது. வேலை இடைவேளையின்போது பார்த்தேன். நான்கைந்து மிஸ்கோல்கள். எல்லாம் பூரணம் மாமிதான். “மாமிக்கு அந்த ரேடியோ இல்லாமல் இருக்கேலாது போல....” என் உதடுகள் முணுமுணுத்தன.

இப்பவும் அவதான். என்னுள் சிரித்துக்கொண்டேன்.

“மன்னிக்க வேணும் தம்பி, உங்களுக்குக் கரைச்சல் குடுக்கிறதுக்கு. என்ர ரேடியோவை எனக்கு ஒருக்கா கடையில இருந்து எடுத்துவந்து தாங்க தம்பி. அந்த ரேடியோ இல்லாதது எனக்கு என்னவோபோல இருக்குது. ரேடியோவைத் திருத்த ஏலாட்டியும் பரவாயில்ல. அதையொருக்கா வாங்கிக்கொண்டு வந்து தாங்க தம்பி” என்ற மாமி திரும்பவும் சொல்லத் தொடங்கினா.

“அந்த ரேடியோ எனக்கு வேணும் தம்பி. அது வேலை செய்யாட்டிலும் பரவாயில்ல. அவர் உயிரோட இருக்கேக்க எனக்கு வாங்கித் தந்த ரேடியோ அது. ரேடியோவைக் கட்டில் தலைமாட்டில வைச்சு கேட்டுக்கொண்டிருந்தால் அவரே என்ர பக்கத்தில இருந்து

பேசுகிறாப்போல ஆறுதலா இருக்கும். எனக்கு இருக்கிற ஒரே ஆறுதல் அதுதான் தம்பி.'' என்ற மாமி அத்தோடு தொடர்பை துண்டித்துக்கொண்டா.

அப்போதுதான் மாமியின் தவிப்பின் காரணம் புரிந்தது. என்னுள் இனம்புரியாத வேதனை. வீட்டை நோக்கிப் போய்க்கொண்டிருந்த காரை ரேடியோ திருத்தும் கடையை நோக்கித் திருப்பினேன்.

மாமி முதல்நாள் சொன்ன வார்த்தைகள் என் காதில் மறுபடி வந்து ஒலித்தன.

''இந்த ரேடியோ பாடும்வரைக்கும் என்ர வாயில பச்சைத் தண்ணியும் படாது''

மாமியின் குரல் ஈனஸ்வரத்தில் என் காதுகளில் ஒலித்துக்கொண்டிருந்தது. இதயத்தின் ஆழத்தில் இருந்து எழுந்து ஒலித்த வேதனைக் குரலாகவே அது எனக்குத் தோன்றியது.

என்னை ஆவலுடன் எதிர்பார்த்துக்கொண்டிருந்த கடைக்காரர், என் கைகளில் அந்த ரேடியோவைத் திணித்தார்.

''தம்பி இனி இதைத் தூக்கி காபேஜூக்க போட்டுட்டு, அந்த அம்மாவைப் புதுசா ஒரு ரேடியோ வாங்கச் சொல்லுங்க. மனுசிக்கு எத்தினை தரம் சொன்னாலும் விளங்காது.......''

புறுபுறுத்தார் கடைக்காரர். அதை வாங்கிக்கொண்டு, பூரணம் மாமி இருக்கும் வயோதிப விடுதியை நோக்கிப் புறப்பட்டேன்.

ரேடியோவை அணைத்தபடி என் கால்கள் காரை விட்டு இறங்கின. ஒரு குழந்தையைத் தூக்குவது போல அந்த ரேடியோவை இறுக அணைத்துப் பிடித்துக்கொண்டு எலிவேட்டருக்குள் நுளைந்தேன்.

'இந்த ரேடியோ வேலைசெய்யாவிட்டாலும் இது பூரணம் மாமிக்கு எவ்வளவு ஆறுதலைக் கொடுக்கும்...!!!'

அந்த உண்மை எனக்கு மட்டும்தான் தெரியும்.

பதினாறு மாடிகள் கொண்ட அந்தக் கட்டடத்தில் நான்காவது புளோரின் மூன்றாவது அறைதான் பூரணம் மாமியின் வசந்த மாளிகை.

என் கால்கள் அறையை நெருங்கியதும் தயங்கி நிற்கின்றன. அறைக்கதவுகள் ஏற்கனவே பூட்டு உடைக்கப்பட்டு திறந்துகிடந்தது. உள்ளேயிருந்து மெல்லிய விசும்பல் ஒலி.....

என் மனதில் ஒரு செய்தி ஆழமாக உறைக்க பதட்டமானேன். தாதிப்பெண் ஒருவரும், வைத்தியர் ஒருவரும் அவசரமாக அறையை விட்டு வெளியேறுகின்றனர். அறைக்குள் வனஜா, கிருபா..... வாயைப் பொத்தியபடி, கண்கள் குளமாக.... அவர்களை விலக்கிக்கொண்டு மாமியை எட்டிப்பார்க்கிறேன்.

பூரணம் மாமி கட்டிலில் சாய்ந்து படுத்தபடி...... கண்கள் விரிந்தபடி....... மேலே சொருகிக் கிடந்தன.

"ஐயோ....." என் மனம் ஓலமிடுகிறது.

மாமியின் கண்கள் தலைமாட்டுப் பக்கமாகவே பார்த்திருக்கிறது.

"ரேடியோவை கட்டில் தலைமாட்டில வைச்சு கேட்டுக்கொண்டிருந்தால் அவரே என்ர பக்கத்தில இருந்து பேசுகிறாப்போல ஆறுதலா இருக்கும். எனக்கு இருக்கிற ஒரே ஆறுதல் அதுதான் தம்பி...." மாமியின் குரல் மறுபடி என் காதுகளில் வந்து மோதுகிறது.

என் கைகள் நடுங்க ரேடியோவை இறுக அணைத்துக் கொள்கிறேன்.

கிருபா ஓடிவந்து என் கையைப் பற்றினான். "அம்மா எங்கள விட்டுட்டுப் போயிட்டா....." என்றான் கண்கலங்கியபடி.

விசாகன், வனஜா, கிருபா.......

எல்லோரும் பெருங்குரலெடுத்து அழுதுகொண்டிருந்தார்கள்.

என்னையும் மறந்து என் விரல்கள் ரேடியோப் பெட்டியின் பட்டனை அழுத்துகின்றன.

கூடுகள் சிதைந்தபோது 76

ரேடியோப்பெட்டியும் பூரணம் மாமியைப் போலவே அமைதியில் ஆழ்ந்துவிட்டிருந்தது. நிசப்தம்.....!!!

பூரணம் மாமியின் தலை மாட்டில் அந்த ரேடியோப் பெட்டியை வைத்துவிட்டு சொருகிப் போயிருந்த பூரணம் மாமியின் கண் இமைகளை மெல்ல அழுத்தி மூடிவிட்டு என் கால்கள் வாசல்பக்கம் விரைகின்றன. ஒரு பெருமூச்சுடன் என் இதயம் வெடித்து கண்ணீர் ததும்பக் காரை ஸ்டாட் செய்தேன்.

ஞானம், ஒக்டோபர் 2009
செந்தாமரை, 2009

பெரிய கல்வீடு

திடீரென்று நான் அந்தச் செய்தியைச் சொன்னதும் என் மனைவி ஒருகணம் அதிர்ந்து போனாலும், முடிவில் அரைமனத்துடன் சம்மதித்தாள்.

"நீங்க ஊருக்குப் போறதைப்பற்றி எனக்கு எந்தப் பிரச்சனையுமில்ல. ஆனால் ஒரு பிரச்சனையிலயும் மாட்டாமல் போய்வரவேணும். அதுதான் என்ர கவலை" என்றாள் மனைவி.

மகளுக்கு யூனிவேசிட்டியில் சேரவேண்டிய நாள் நெருங்கிக் கொண்டிருந்தது. சுதனுக்கும் வகுப்புப் பரீட்சைகள் இருந்தன. இந்தக் காரணங்களால் சுமதி பிள்ளைகளுடன் தங்கிவிட்டாள். நான் மட்டும் தனியாக ஸ்ரீலங்காவுக்குப் போவதென்று முடிவானது.

கட்டுநாயக்காவில் இறங்கி கேரதீவுக் கடல்தாண்டி, யாழ்ப்பாணம் வந்து சேர்வதற்குள் எனக்கு போதும்போதும் என்றாகிவிட்டது. நல்லவேளை நான் நிறைய சாமான்கள் ஒன்றும் கொண்டுவரவில்லை. ஒரே ஒரு டிரவலிங் பாக்குடன் வந்தது 'செக்கிங் பொயின்ட்டு'களில் தூக்கிக்கொண்டு நடக்க வசதியாக இருந்தது. அப்ப யாழ்ப்பாணம் இயக்கத்தின்ர முழுக்கட்டுப்பாட்டில இருந்தது. கோட்டையில இருந்து ஆமிக்காரன் இடைக்கிடை வெளிக்கிடப் பார்ப்பான். இயக்கம் அடிச்ச உடன அமந்துடுவாங்கள். கடலுக்க நேவியின்ர வாலாட்டல் இருக்கும். மற்றபடி பிரச்சினையில்லை.

அம்மாவுக்கு ஏலாது.... பேச்சு மூச்சில்லாமல் கிடக்கிறா என்று மகாலிங்க அண்ணன் போனில சொன்னதும் எனக்கு நிம்மதியா அங்க இருக்க ஏலாமல் போச்சுது. அக்காவுக்கும் இப்பத்தான் 'பைபாஸ் சேர்ஜரி' நடந்தது. அதுக்குள்ள அவவை ஸ்ரீலங்காவுக்கு போகச் சொல்ல ஏலாது. அதுதான் நான் வெளிக்கிட வேண்டிய கட்டாயம். என்னதான் நாட்டில பிரச்சனை என்றாலும், திரும்பத் தாய் மண்ணில கால் வைக்கப் போறன் என்பதை நினைக்கும்போது 'என்ன நடந்தாலும் பரவாயில்லை' என்று ஒரு தைரியமும் வரத்தான் செய்தது.

யாழ்ப்பாணத்திலிருந்து பத்துமைல் தொலைவில் இருக்கிறது எங்கள் ஊர். நான்கு பக்கமும் கடலால் சூழப்பட்டு யாழ்ப்பாணத்துடன் பண்ணைப் பாலத்தினால் இணைக்கப் பட்டதுதான் ஒல்லாந்தர்களால் லைடன் தீவு என்று அழைக்கப்பட்ட தீவுக்கூட்டம். அத்தீவின் மத்தியில் மணிமுடியாய் அமைந்திருப் பதுதான் எனது ஊர், வேலணை. அங்கு கோட்டைபோல் விளங்கியது எங்கள் கல்வீடு. குசினி, சாப்பாட்டறை, முன்னுக்கும் பின்னுக்கும் ரெண்டு விறாந்தையள், நான்கு அறைகள், மாடியிலும் நான்கு அறைகளுடன் பெரிய விறாந்தை என்று மாளிகை மாதிரி பெரிய வீடு.

ஊரில கல்வீடுகள் என்று ஒன்றிரண்டு இருந்தாலும், எங்கட வீடுதான் பெரிய கல்வீடு. அதுவும் மாடிவீடு. அதாலதான் எங்களை எல்லாரும் 'பெரிய கல்வீட்டுக்காரர்' எண்டு சொல்லுறவையள்.

பெரிய கல்வீடு என்றால், அண்டையயல் ஊரவர்களுக்கே நல்லாத் தெரியும் என்றால் புரியும் அந்த வீட்டின் பெருமை. அப்பா வீடு கட்டின பாதியில மாரடைப்பில போக, அம்மா அந்த வீட்டைக் கட்டி முடிக்கப் பட்டபாடு பெரும்பாடுதான்....!!

அப்ப நாங்கள் சின்னப் பிள்ளையள். அக்காவின்ர சாமத்திய வீட்டை அந்தக் கல்வீட்டிலதான் நடத்த வேணும் என்டு அம்மா உறுதியோட இருந்தவா. வெறும் அத்திவாரத்தோட இருந்த வீட்டின்ர மிச்ச அலுவல்களுக்காக அம்மா கிளிநொச்சியில கிடந்த தன்ர சீதனக்

காணியையும் வித்துத்தான் செலவழிச்சா. அந்தக் காணி உறுதியளுக்காக அம்மா தன்ர மூத்த தமையனோட கொஞ்சம் இழுபறிப்பட்டவா....

அந்தக் காசுகளும் பத்தாமல் போக, வீட்டு அலுவல்கள் பாதியிலயே கிடந்துது. மூன்று, நாலு வருஷமாய்க் கட்டிட வேலையள் இழுபட்டுது. பத்துப் பன்னிரண்டு வயதில அக்காவைப் பார்க்கப் பார்க்க அம்மாவுக்கு பகீர் பகீர் என்றிருக்கும்.

"இவள் குந்துறதுக்கிடையில வீட்டக்கட்டி முடிக்கவேணும்" என்று அடிக்கடி தனக்குள்ள சொல்லிக்கொள்ளுவா. இரவு பகல் பாராமல் தோட்டத்தில கிடந்து கஸ்டப்படுவா. பள்ளிக்கூடம் லீவெண்டால் நானும், அக்காவும் அம்மாவுக்கு உதவியாகத் தோட்டத்துக்கு போவம். மிளகாய் ஆய்வம், உரம் போடுவம், தண்ணி பாய்ச்சுறதுக்குப் பாத்தி கட்டிவிடுவம். இப்படி எல்லா வேலைகளையும் நாங்களே செய்வம். அம்மா வயற்காணிகளைக் குத்தகைக்கு விட்டிருந்தா. அதோட அங்க இங்க என்று கடன்பட்டு திரும்ப வீடு கட்டிற வேலையைத் தொடங்கினா.

கடைசியில மனுசி நினைச்சமாதிரியே அக்காவின்ர சாமத்திய வீட்டை அந்த வீட்டிலதான் செய்து முடிச்சா. சாமத்திய வீட்டில விழுந்த காசையும் அம்மா வீட்டுக் கடன் கட்டத்தான் எடுத்தவா. சாமத்திய வீட்டுக்கு வந்த சொந்த பந்தம் எல்லாம் எங்கட வீட்டப் பார்த்து பெருமூச்சுவிட்டவை. எல்லாரும் தலையைத் தூக்கி அண்ணாந்து வீட்டைப் பார்க்கேக்க அம்மாவுக்குப் பெருமை ஒரு மட்டில இல்ல.

யாழ்ப்பாணம் வழமை போல் சுறுசுறுப்பாகத்தான் இருந்தது. நேரம் மதியத்தைத் தொட்டிருந்தது. நெருப்பையள்ளித் தலையில கொட்டின மாதிரி வெயில் சுள்ளெண்டு இருந்துது.

அங்கயிருந்து பஸ்சில அராலித்துறைக்குப் போய் நான் வேலணைக்கு போய்ச் சேர பயணம் சீயென்று போச்சுது.

என்ர நல்ல காலம் மகாலிங்க அண்ணரின்ர மகன் ராசன் அந்தப் பக்கம் சைக்கிளில வந்தவன். என்னைக் கண்டுட்டு அவன் யோசிக்க,

நான் அவனைப் பார்த்துட்டு நாடியத் தடவ - கொஞ்ச நேரத்தில ராசன் என்னை அடையாளம் கண்டுபிடிச்சுட்டான். அம்மா கனடாவில எடுத்த படங்களக் காட்டியிருப்பாதானே...!

சைக்கிள் குண்டு குழிகளில் விழுந்தொழும்பியபடி பயணப்பட்டுது. வெய்யில் சாயிற நேரம் வேலணைச் சந்தியைப் போய்ச் சேர்ந்தோம். வேலணை என்று வெள்ளை எழுத்துக்களால் பொறிக்கப்பட்ட கருங்கல் மைல்கல் தன்னந்தனியாக நின்றிருந்தது. ஊருக்குள் நுளைவதற்கு முன் சந்தியில் இறங்கி அந்த மண்ணில் கால்பதிக்க வேண்டும் போலிருந்தது. ராசனிடம் ஒருநிமிடம் சைக்கிளை நிற்பாட்டச் சொல்லிவிட்டு, இறங்கி அந்த மண்ணில் சிறிது தூரம் நடந்தேன். மூச்சுக்காற்றில் மண்வாசனை நிறைந்திருந்தது. நன்றாக மூச்சை இழுத்து உடல் முழுவதும் ஓடவிட்டேன். பல வருடங்களுக்கு முன் அனுபவித்த அந்த சுகத்தை மீண்டும் அனுபவித்தேன். கடந்து போன பதின்ம வயதுகளை மீண்டும் தொட்டு விட்டதுபோல் ஒரு உணர்வு. ஏனோ அந்தச் சுவாசக் காற்றிலும் ஒரு அந்நியத் தன்மையின் நெருடல் என்னுள்....

சந்திக் கடையில் இருவரும் பிளேன் டீ குடித்துவிட்டு பயணத்தைத் தொடர்ந்தோம். பனைமரங்களும், பூவரசம் மரங்களும் எனது கிராமத்தின் அடையாளங்கள். அவைகளில் பல காணாமல் போயிருந்தன. சில மரங்கள் தலை அறுந்து மூளியாய் நின்றன. கள்ளிமரங்கள் ஆங்காங்கே பற்றையாக வளர்ந்திருந்தன. சில வீடு, வளவுகள் பராமரிப்பார் அற்று ஆடு, மாடுகள் வாசம் செய்யும் இடங்களாக மாறியிருந்தன. வாகனங்கள் அடிக்கடி அப்பாதையால் செல்வதாலோ என்னவோ இலைகளில் எல்லாம் மண்ணிறத்தில் தூசி படர்ந்திருந்தது.

ராசனுடைய பேச்சுப் பராக்கில் வீடு வந்ததே தெரியவில்லை. எனது வீட்டை- எனது ஊரை - நான் விளையாடித் திரிந்த தெருக்களை - அடையாளம் காண்பது எனக்கே சிரமமாக இருந்தது.

ராசன் குரல் கொடுக்க மெல்ல வந்து எட்டிப்பார்த்த அம்மா என்னைக் கண்டதும் அடைந்த ஆனந்தத்திற்கு அளவே இல்லை.

நாற்பது வயதாகி, இரண்டு குழந்தைகளுக்கு நான் தந்தையானபோதும், என் அம்மாவிற்கு நான் இன்னும் குழந்தைதான். என்னைத் தன் மார்போடு அணைத்து கண்ணீர் சொரிய, உடல்நடுங்க என் கன்னங்களிலும், உச்சியிலும் முத்தமிட்டாள். அந்த அன்பு மழையிலிருந்து நான் விடுபடச் சற்று நேரமானது.

"என்ன மருமகள், என்ர பேரப்பிள்ளையள் ஒருத்தரும் வரேல்லையா.....?" என்றபடி கண்களைச் சுழலவிட்டாள்.

"பிள்ளைகளுக்குப் பள்ளிக்கூடம். அதுகளை விட்டுட்டு வரேலாது. மனுசிக்கும் வேலையில உடன லீவு தரமாட்டாங்கள். அவாவைப் பிள்ளையளோட விட்டுட்டு நான் மட்டும் வெளிக்கிட்டுட்டன்" என்றேன் அம்மாவை அணைத்தபடி. புறுபுறுத்தபடி என்னிடமிருந்து தன்னை விடுவித்துக்கொண்டு விறுவிறுவென்று வீட்டுக்குள் நடந்தாள்.

அம்மாவின் உடல் வயதின் முதிர்ச்சியாலும், நோயின் கொடுமையாலும் தளர்ந்திருப்பது தெரிந்தது. நான் கனடாவிலிருந்து வந்து சேர்வதற்குள் அம்மாவின் உடல் எவ்வளவோ தேறியிருந்தது.

அம்மா திடீரென்று மயங்கி விழுந்தவுடன், மகாலிங்க அண்ணன்தான் ஊர்காவற்றுறை ஆஸ்பத்திரிக்கு அம்மாவைக் கொண்டு போய் இருக்கிறார். அவவுக்கு பிரசர், கொலஸ்ரோல் எல்லாம் கூடிப்போச்சுது என்று டொக்டர் சொல்லியிருக்கிறார். பிறகு யாழ்ப்பாணம் பெரியாஸ்பத்திரிக்கு கொண்டுபோய் கொஞ்சநாள் வைச்சிருந்தவையாம். அவையளும் அம்மாவால கஸ்டப்பட்டு போயிட்டினம்.

தனக்கு வருத்தம் என்றதும்தான் அம்மாவுக்குப் பிள்ளையள் பக்கத்தில இல்லையென்ற பயம் வந்திருக்குது. உடன தந்தியடிக்கச் சொல்லி ராசனுக்கு சொல்லியிருக்கிறா. அதுதான் நடந்தது. ஆனா நான் வந்து சேருறத்துக்குள்ள அம்மா பழைய நிலைக்கு வந்திட்டா.

அம்மா வளவெல்லாம் கூட்டி துப்பரவா வைச்சிருந்தா. ரோசாக்கன்றுகளும், அக்கா நட்டுவச்ச குறோட்டன்களும் இன்னும்

அப்படியே இருந்தன. வீட்டின் சுவரில் அங்கங்கே காரை தெரிந்தாலும் இன்னும் பழைய கம்பீரத்துடன் நிமிர்ந்து நிற்கிறது. என்னையும் அறியாமல் என் கண்கள் பனித்தன. உள்ளே நுளைந்ததும் ஒருவிதமான வெறுமை என்னை வரவேற்றது.

'நானும், அக்காவும் இருக்கேக்க எவ்வளவு கலகலப்பாக இருந்த வீடு இது.' என் கண்கள் ஆவலுடன் நாலாபக்கமும் சுழன்றன.

'இரப்பு... பயணக்களைப்பில இருக்கிறாய். பிறகு ஆறுதலா வீட்டைச் சுத்திப்பார்' என்று அம்மா சொல்வதைக் காதில் வாங்கிக்கொள்ளாமல் சுற்றுமுற்றும் பார்க்கிறேன். அம்மா ராசனிட்ட நல்ல ஊர்ச் சேவல் ஒன்று கொண்டுவரும்படி சொல்லுவது என் காதுகளில் விழுகிறது.

'அட என்ர ஒபீஸ்ரூம்.....'

மனம் பழைய நினைவுகளில் நிறைய, கால்கள் தானாகவே அந்த அறையை நோக்கி நடந்தன. கதவைத் திறந்து எட்டிப்பார்த்தேன்.

பத்துவருடங்களுக்கு முன் இருந்ததைப் போலவே யன்னல் ஓரமாக நான் படுக்கும் கருங்காலிக் கட்டில்.....

வலது பக்க மூலையில் முதிரை மரத்தில் அம்மா தச்சனிடம் சொல்லிச் செய்விச்ச கதிரையும், மேசையும்.....

நான் இறுதியாக உயர்கல்வி கற்கும்போது பாவித்த புத்தகம், கொப்பிகளை அம்மா அப்படியே அடுக்கி வைத்திருந்தா. ஒவ்வொருநாளும் துாசுதட்டித் துப்பரவாக வைச்சிருக்கிறா. ஆசையுடன் என் கைகள் அவற்றைத் தடவிப்பார்த்தன. நோட்டுப் புத்தகங்கள் நடுவே என் சிவப்பு அட்டை போட்ட அந்தக் கொப்பியும் கிடந்தது. எடுத்துப் புரட்டிப் பார்த்தேன். ஏதேதோ கவிதைக் கிறுக்கல்கள்..... ஒவ்வொன்றையும் மறுபடியும் வாசித்துப் பார்க்க ஆவல் துாண்டினாலும் அம்மாவின் அழைப்பில் அதை அப்படியே மூடிவைத்தேன். பள்ளிக்கூடக் கவிதைப் போட்டியில் பரிசாகக் கிடைத்த பார்க்கர்பேனை என் கொம்பாசுக்குள் இன்னும் பத்திரமாகவே இருக்கிறது.

யன்னலைத் திறந்து பார்த்தேன். நான் கனடாவுக்கு வெளிக்கிட முன்னம் நட்டுவைத்த முல்லைக்கொடி பெரிய மரமாகப் படர்ந்திருந்தது. அம்மா அதற்குப் பந்தல்கூட போட்டிருந்தா. காற்றோடு முல்லைப்பூவின் வாசனை அறையை நிறைத்தது. கதியால் வேலிக்கு அங்கால மாமா வீடு தெரிந்தது. மாமாவீட்டுக் கறுத்தக் கொழும்பான் பூவும் பிஞ்சுமாய்த் தலையசைத்துக் கொண்டிருந்தது.

பழைய நினைவுகளோடும், அம்மாவின் ஆரவாரமான கவனிப்போடும் நாட்கள் மெல்ல நகர்ந்தன.

நண்பர்கள், உறவினர்கள் என்று தினமும் வீடு ஆரவாரப்பட்டது.

"இப்பத்தான் வீடு வீடு மாதிரி இருக்குது..." அம்மா பெருமூச்சுடன் அடிக்கடி சொல்லிக்கொண்டா.

நாட்கள் போவது தெரியாமல் நகர்ந்துகொண்டிருந்தன. விறாந்தையில் காற்றாட அமர்ந்தபடி எல்லோருடனும் பழைய கதைகளை எல்லாம் பேசிக்கொண்டிருந்தது எனக்குள் புது உற்சாகத்தைத் தந்தது.

எங்கள் குடும்பம் பெரிய குடும்பம் இல்லை. ஆசைக்கொரு பெண். ஆஸ்திக்கொரு ஆண் என்று சொல்வார்களே அது மாதிரி. முதல்ல நான்தான் நாட்டுப் பிரச்சினையால வெளிநாடு என்று வெளிக்கிட்டனான். 'எங்கயென்டாலும் பிள்ள உயிரோட இருந்தால் காணும்' என்று அம்மா அழுதழுது என்னை அனுப்பிவைச்சவா. பிறகு அக்காவுக்கு வெளிநாட்டு சம்மந்தம்தான் சரிவந்தது. கனடா என்றதும் கொஞ்சம் நிம்மதி. ரெண்டு பேரும் ஒருத்தருக்கு ஒருத்தர் துணையாம் என்று அம்மா சந்தோசப்பட்டவா. ஆனால் அவா மட்டும் கனடாவுக்கு வரமாட்டன் என்று சொல்லிப்போட்டா. அதுக்கு அம்மா சொன்ன காரணங்கள் பல.

"அப்பா அத்திவாரம் போட்ட கையோட போய்ச் சேர்ந்திட்டார். அவர் துவக்கி வைச்ச இந்த வீட்ட நான் கட்டிமுடிக்கப் பட்டபாடு உங்களுக்குத் தெரியாது. எத்தினை பேரிட்ட கடன்பட்டு..... மேசனிட்டயும், தச்சனிட்டயும் தனியாளா நிண்டு வேலைவாங்கி.... அவங்களுக்கெல்லாம் சமைச்சுப்போட்டு..... எவ்வளவு கஸ்டப்பட்டுக் கட்டின வீடு இது!"

“நான் பிறந்து வளர்ந்த பூமி இது. என்ர தெய்வம் குடியிருந்த கோயில் இது. என்ர பிள்ளையள் பிறந்து, வளர்ந்து உருண்டு விளையாடின மண் இது. இதை விட்டுட்டு நான் எப்படி வாறது?”

“கொப்பரோட வாழ்ந்த இந்த வளவையும், ஊரையும் விட்டுட்டு நான் எப்படியப்பு வர ஏலும்? ஏதோ என்ர கடைசிக்காலம் மட்டும் இங்கயே இருந்திடுறன். எனக்கு ஒன்டென்றால் நீ வந்து கொள்ளி வைக்கமாட்டியே......?”

நாங்கள் கேட்கும்போதெல்லாம் அம்மா கீறல்விழுந்த ‘ரெக்கோர்ட்’ மாதிரி இதையே திரும்பத் திரும்ப சொல்லுவா. அவவுக்கு அந்த வீட்டை விட்டுட்டு வர மனமில்லை. ஐயா கட்டியாள வேணும் என்று நினைச்ச வீடு அது. வீட்டின் ஒவ்வொரு கல்லும் அம்மாவின்ர வியர்வையையும், உழைப்பையும் பற்றிச் சொல்லும். அந்த வீட்டக் கட்டி முடிக்க அம்மா அவ்வளவு கஸ்டப்பட்டவா.

தினமும் ஊரைச் சுற்றிப் பார்க்கப் பால்ய நண்பன் ரமேசுடன் நான் புறப்பட்டு விடுவேன். அவன் வேலணை மத்தியக் கல்லூரியில் ஆசிரியராக இருக்கிறான். பின்னேரங்களில அவன்ர மோட்டார் சைக்கிளில் வேலணைச் சந்தி வரைக்கும் போவோம். சில நேரங்களில் ஊர்காவற்றுறைப் பக்கம் போவோம். சுடச்சுடப் பிடிச்ச மீன்கள் கொண்டு வருவான்கள். மீன், நண்டு, பெருநண்டு எண்டு வாங்கிக்கொண்டு வருவம். ஒரு நாளைக்கு கூழ், ஒரு நாளைக்கு மீன் புட்டு எண்டு அம்மாவின்ர கவனிப்பு வேற......

சில சமயங்களில் என்ர ஊர் எனக்கே அந்நியமாய்த் தெரியும். ஊரில் வாழ்ந்தவையள் அரைவாசிக்கும் மேல வெளிநாட்டுக்கும், சிலர் எங்கே என்று தெரியாமலும் காணாமல் போயிருந்தினம். சில புதிய முகங்கள் என்னைப் பார்த்து “தம்பி ஊருக்குப் புதுசா?” என்று விசாரிக்கும். அவை வேறு தீவுப்பக்கங்களில இருந்து இடம்பெயர்ந்து அங்க குடியேறியவையள்.

ரமேஷ் அடிக்கடி நாங்கள் சின்ன வயதில் விளையாடுற குளத்தங்கரைக்கு கூட்டிப்போவான். அங்க அருகில ஒரு ஆலமரமும்

நிக்குது. ஆலமரத்து அருகோட ஒரு பெரிய கல்லு கிடக்குது. அந்தக் கல்லில குந்தியிருந்து பழங்கதைகள் பேசுறதே ஒரு ஆனந்தம்தான்.

"டேய் மச்சான் இந்த இடம் உனக்கு ஞாபகம் இருக்குதா?" ரமேஷ் கேட்டான்.

"தெரியாமலா...."

ஓடிச்சென்று விழுதுகளைப் பிடித்து ஆடத்தொடங்கினேன். கொஞ்சம் மூச்சுவாங்கியது....

தினமும் பாடசாலை விட்டு வரும்போது நான், ரமேஷ், பாபு எல்லாரும் போட்டி போட்டுக்கொண்டு ஓடிவந்து இந்த விழுதுகளைப் பிடிச்சுக்கொண்டு ஊஞ்சல் ஆடுவம். பிறகு கொஞ்சம் வளர, அந்த வழியால போற எங்கட பள்ளிக்கூட பெட்டையளப் பார்த்து பகிடி விட்டுக்கொண்டு அந்தக் கல்லில குந்தியிருப்பம்.

அன்றைக்கு நானும் ரமேசும் அடிவளவில நின்று கதைச்சுக் கொண்டு இருந்தம். அங்க ஒரு கிணறு இருக்குது. அதிலதான் நாங்க முந்தி நீச்சல் அடிக்கிறனாங்கள். நான், ராசன், ரமேஸ் எல்லாரும் நல்லா நீந்துவம்.

அப்ப எனக்கு நீந்தத் தெரியாது. ரமேஷ், பெரியப்பான்ர முகுந்தன் அண்ணன், ராசன் எல்லாரும் கிணத்துக்குள்ள நீந்துறதைப் பார்த்துக்கொண்டு நிப்பன். முகுந்தன் அண்ண என்னை 'நீந்த வா....' எண்டு கூப்பிடுவார். நான் 'ஏலாது....' என்று நின்று பார்த்துக் கொண்டு நிற்பன். ஒருநாள் நான் அப்பிடி பார்த்துக்கொண்டு நிக்கேக்க, திடீரென்று பின்னால நின்று முகுந்தன் அண்ண என்னைப் பிடிச்சு கிணத்துக்க தள்ளி விட்டுட்டார். கிணத்துக்குள்ள இரண்டு தரம் அடிவரைக்கும் போய் வந்தன். அதுக்குப் பிறகு என்னைப் பிடிச்சு ஒல்லித் தேங்காய் ஒன்றைத் தந்து அதப் பிடிச்சுக்கொண்டு நிக்கச் சொன்னவர். அதுக்குப் பிறகு எனக்கு பயம் போயிட்டுது. அவர் எனக்கு நீச்சல் பழக்கி விட்டார். இந்தக் கதைகளை நான் ரமேசோட நினைவுபடுத்திக் கதைச்சுக்கொண்டு இருக்கேக்கதான் ஆனந்தி ஓடி வந்தவள்.

"ரவி, உங்கடயம்மா மயக்கம் போட்டு விழுந்துட்டாவாம்......" ஆனந்தி சொல்லி முடிப்பதற்குள் நான் ஓடத் தொடங்கினேன். எப்பிடி கேட்டைத் திறந்தேன்.... வீட்டுக்குள் வந்தேன் என்றே தெரியவில்லை. அம்மாவை வீட்டு நடுக்கூடத்தில் கிடந்த வாங்கிலில் வளத்தி இருந்தார்கள். ஆர்.எம்.பி. டொக்டர், பக்கத்து வீட்டு சொர்ணம் அங்கிள், " உங்கட அம்மாவுக்கு சுகர் பிரச்சனை. அதுதான் மயங்கி விழுந்திட்டா. கொஞ்ச நேரத்தில மயக்கம் தெளிஞ்சிரும்" என்று சொல்லியபடி, தலைவாசல் குந்தில் அமர்ந்துகொண்டார். நான் ஆசுவாசமாக மூச்சு விட்டேன்.

விறாந்தையில் சனம் கூடியிருந்தது. அவர்களுக்குள் ஏதோ ஒரு சலசலப்பு.... எல்லோர் பார்வையும் தங்கத்தை ஈட்டியாய் குத்தி நின்றன. தங்கம் கூனிக்குறுகியபடி வாசல் படிகளுக்கு அப்பால் வேலியோரமாய் ஒதுங்கி நின்றாள். நிலமையை ஓரளவு அனுமானித்துக்கொண்ட சொர்ணம் அங்கிள் "அப்ப நான் போட்டு வாறன்.." என்றபடி எழுந்துகொண்டார்.

"இதுதான் சாட்டென்று கண்ட கண்ட சாதியள் எல்லாம் வீட்டுக்க வர வெளிக்கிட்டுதுகள்"

"அதுதானே, இவள் எப்பிடி வீட்டுக்குள்ள போவாள். மாமிக்கு ஒன்றென்டால் நாங்க ஓடிவரமாட்டமா? எங்களுக்கு இல்லாத அக்கறையும், கரிசனையும் இவளுக்கு எப்பிடி வந்துது?" உறவினர்களும், அயலவர்களும் தங்கத்தைக் குற்றவாளிக் கூண்டில் ஏற்றினர். தரையைப் பார்த்தபடி நின்றுகொண்டிருந்தாள் தங்கம்.

"வாசல் படியோட நிண்டதுகள் எல்லாம் சாமியறைக்குள்ள வந்துட்டுதுகள்.." என்று அடிக்குரலில் ஆக்ரோஷமாய் கர்ச்சித்தார் மாமா. பயந்துபோன தங்கம் என்னருகே ஓடிவந்தாள்.

"தம்பி உங்கட அம்மா மா இடிக்கிறதுக்காக ஆள் அனுப்பினவா. அதுதான் வந்தனான். ரெண்டு மூன்று தரம் கூப்பிட்டுப் பார்த்தன். அவவின்ர சத்தத்தையே காணேல்ல. உள்ள இருந்து ஒருமாதிரி அனுங்கிற சத்தம் கேட்டுது. அம்மா ஏலாதவா தானே.... வயதும் போயிட்டுது. அவவுக்கு ஏதோ நடந்துட்டுது போல என்ர உள்மனது

சொல்லிச்சுது தம்பி. அதுதான் ஒன்றையும் யோசிக்காமல் உள்ளுக்க போயிட்டன்.''

நடுநடுங்கும் குரலில் பேசினாள் தங்கம். சுற்றி நின்றிருந்தவர்களின் முகங்களில் எந்த மாறுதல்களும் இல்லை.

"நானோ எங்கட ஆக்களோ எந்தக்காலத்திலையும் உங்கட வீடுகளுக்கப் போனதில்லை. எங்கட வேலையெல்லாம் வாசல்படியோட சரி. ஆபத்து நேரத்தில வீட்டுக்குள்ள வந்து ஒருவாய் தண்ணி குடுத்துட்டன்........'' என்றவள் மாமா முறைத்துப் பார்க்கவும் அத்தோடு நிறுத்திக்கொண்டாள்.

"என்ன இருந்தாலும் நீ வீட்டுக்கப் போயிருக்கக் கூடாது. எங்களக் கூப்பிட்டிருக்கலாம். உங்களை எல்லாம் வளவுக்க விட்டதே தப்பு. எங்களை அண்டிப் பிழைக்கிற உங்களுக்கு இவ்வளவு கொழுப்பு கூடாது'' என்று மாமா சத்தம்போட அவருக்கு ஆதரவாக வேறு சில உறவினர்களும் பேசத் தொடங்கினார்கள். தங்கத்தைச் சமாதானப்படுத்தி அவள் கையில் ஒரு நூறு ரூபாய் நோட்டைக் கொடுத்து அனுப்பி வைத்தேன்.

அம்மா கண்விழித்த போது தங்கத்தைத் தவிர எமது உறவினர்கள் சிலர் அம்மாவைச் சுற்றி நின்றார்கள். தலைமாட்டில் இருந்த நான் அம்மாவின் தலையைத் தடவியபடியே இருந்தேன்.

"என்னம்மா இதெல்லாம்? இதுக்குத்தானே நானும் அக்காவும் எங்களோட வந்திருங்க என்று கூப்பிடுறனாங்கள்'' என்று அம்மாவைச் சற்று கோபத்துடன் கேட்டேன்.

"தம்பி சொல்லுறதும் சரிதான். பிள்ளைகள் ரெண்டும் வெளிநாட்டில இருக்க, நீங்க ஏன் இங்க இருந்து கஸ்டப்படுறீங்க?'' பக்கத்து வீட்டு ராணியக்கா நியாயம் கதைக்க,

"எனக்கு ஒண்டும் இல்லை. நான் நல்லாத்தான் இருக்கிறன்.'' என்று தன் வருத்தத்தை மறைத்தபடி சிரித்தார் அம்மா. அவவின் பிடிவாதம் அவவுக்கு.

அன்றைய தினத்திற்குப் பிறகு வந்த நாட்கள் விரைவாகவே கடந்து போயின. எனது மூன்று வார விடுமுறை நாட்களும் முடிந்துபோக, அம்மாவை விட்டுப் பிரியமுடியாமல் பிரிந்து மீண்டும் கனடா வந்து சேர்ந்தேன்.

கனடா வந்ததும் மீண்டும் வேலைக்குப் போவது, பிள்ளைகளை டியூசன் கிளாசுக்குக் கொண்டுபோவது என்று கனடா வாழ்க்கையோடு என்னை இணைத்துக்கொண்டேன். அவ்வப்போது அம்மாவின் நினைவும், ஊர் ஞாபகங்களும் மனதுள் வந்து எட்டிப்பார்த்துவிட்டுப் போகும். இந்த நிலையில்தான் அந்தச் செய்தி என்னை ஒரு கணம் அதிரவைத்தது.

நாட்டில் மறுபடியும் சண்டை தொடங்கிவிட்டதாகத் தினந்தினம் புதிய செய்திகள் வந்துகொண்டிருந்தன. இணையத்தளங்களிலும், வானொலி, பத்திரிகைகளில் வரும் செய்திகள் அச்சத்தை ஏற்படுத்துவதாக இருந்தன. கடைசியாகக் கிடைத்த தகவலின்படி, ஊர்காவற்றுறையில் நிலைகொண்டிருந்த இராணுவம் கடற்கரை வழியாகவும், எங்கள் ஊர் பிரதான வீதி வழியாகவும் யாழ்ப்பாணம் நோக்கி முன்னகர்ந்தது என்றும் யாழ்ப்பாண நுளைவாயிற் பகுதியான பண்ணைப்பாலத்தில் கடும் சண்டை நடப்பதாகவும் தொடர்ந்து செய்திகள் வந்துகொண்டிருந்தன. அம்மாவைப் பற்றி எந்தவொரு செய்தியையும் அறியமுடியாமல் நானும் அக்காவும் பெரிதும் அவதிப்பட்டோம்.

இந்த முன்னகர்வில் பல நூறு மக்கள் இறந்து விட்டதோடு, பல ஆயிரக்கணக்கான மக்கள் இடம்பெயர்ந்து விட்டதாகவும் செய்திகள் தெரிவித்தன. யாழ்ப்பாணத்தில அங்கங்க சனம் அடிக்கடி இடம்பெயர்ந்து இருந்தாலும், தீவுப் பகுதி மக்கள் இடம்பெயர்வது இதுதான் முதல்தடவை. நிறையச் சனம் கடலுக்குள்ளால ரோலர் மூலமாக இந்தியாவுக்கு அகதிகளாகப் போய்விட்டதாகவும் வழியில் பாக்கு நீரிணையில் ரோலர்கள் கவிழ்ந்து அப்பாவி மக்கள் பலர் நீரில் மூழ்கி இறந்து விட்டதாகவும்.... இப்படி பற்பல செய்திகளும் அவ்வப்போது வந்துகொண்டே இருந்தன. அம்மாவைப் பற்றிய செய்திகளை மட்டும் அறியமுடியவில்லை.

நாட்கள், வாரங்களாகி மாதங்களாகக் கடந்து சென்றன. யுத்தமும் ஓரளவு இறுதிக் கட்டத்தை எட்டியிருந்தது.

இந்த நிலையில்தான் கொழும்பிலிருந்து மாமா தொலைபேசியில் பேசினார். மாமாவின் குரல் கேட்டதே அம்மாவைக் கண்டுபிடித்து விட்டதைப் போலச் சந்தோசமாக இருந்தது. மாமா குடும்பம் பிரச்சனைக்குள்ளால யாழ்ப்பாணத்துக்கு வந்து எப்படியோ கொழும்புக்கு வந்து சேர்ந்திருந்தார்கள்.

"ஊராத்துறையிலயிருந்து ஒரேயடியாய் ஷெல் அடிச்சுக்கொண்டு ஆமிக்காரங்கள் வெளிக்கிட்டுட்டாங்கள். சனமெல்லாம் கையில அம்பிட்டதுகளை எடுத்துக்கொண்டு வெளிக்கிட்டுட்டுதுகள். நாங்களும் வெளிக்கிட்டம். அம்மாவும் சனங்களோட சேர்ந்து வந்திருப்பா என்று தான் நினைச்சம். ஆருக்குத் தம்பி தெரியும்? அந்தப் பதட்டத்தில பள்ளிக்கூடம் வழிய தங்கியிருக்கேக்க அக்காவைப் பற்றி விசாரிச்சனான், ஒரு செய்தியும் கிடைக்க இல்லை."

பிறகு மாமா சொன்ன செய்தி எனக்கு பெரும் அதிர்ச்சியைத் தந்தது.

"அம்மா இறந்திட்டாவாம் என்று அறிஞ்சன் தம்பி...."

"ஐயோ... அம்மா....!"

"ஐயோ கடைசியா அம்மாவின்ர முகத்தைக்கூட பார்க்க ஏலாமல் போயிட்டுதே" மாமாவுடன் என் இயலாமையைப் புலம்பித் தீர்த்தேன்.

"ஆமி வந்து போனாப்பிறகு ரெண்டு நாள் கழிச்சு ஊருக்கு திரும்பிப் போன அந்தச் சனங்கள்தான் அவவின்ர உடலை எடுத்து அடக்கம் செய்தவையாம். நாங்கள் அப்பிடியே கொழும்புக்கு வந்து சேர்ந்திட்டம். இப்பத்தான் இந்தத் தகவல் கிடைச்சுது. கொழும்புக்கு வந்திருந்த தங்கத்தின்ர மகன் தான் இதைச் சொன்னவன். ஆனால் வீடு மட்டும் இவ்வளவு அடிபாட்டுக்குள்ளயும் தப்பீட்டுதாம்" மாமா சொல்லிக்கொண்டு போனார்.

"சரி. சரி" என்றபடி தொடர்பைத் துண்டித்துக்கொண்டேன்.

“என்ன மனுசர் இவை. துக்கச் செய்தி சொல்லேக்கயும் வீட்டைப் பற்றின கதைதான். இவை மாறமாட்டினம். அம்மாவுக்கு நல்ல தம்பிதான் வந்து வாச்சிருக்கிறார்” என் உதடுகள் முணுமுணுத்தன.

தொடர்ந்து வந்த இரண்டு நாட்களும் நான் வேலைக்குச் செல்லவில்லை. செய்தியறிந்து உறவினர்கள் துக்கம் விசாரிக்க வந்துகொண்டே இருந்தனர்.

‘கடைசியா சிலோனுக்குப் போகேக்க மனுசியையும், பிள்ளையளையும் கூட்டிப் போயிருக்க வேணும். பிழை விட்டுட்டன்’ என்ற கவலை சதா என்னை அரித்துக் கொண்டிருந்தது. காலம் தன் பாட்டில் ஓடிக்கொண்டிருந்தது.

அன்று வேலை முடிந்து வீட்டிற்குத் திரும்பியபோது தபால்பெட்டிக்குள் சில கடிதங்கள் நிறைந்திருந்தன. கடிதங்களை எடுத்துக்கொண்டு உள்ளே நுளைந்தேன். சுமதி ‘பேஸ்மன்டில்’ இருந்த ‘மெசினில்’ உடுப்புகளை துவைக்கப் போட்டுக்கொண்டிருந்தாள். உடை மாற்றிக்கொண்டு வந்து சோபாவில் அமர்ந்தபடி சாவதானமாகக் கடிதங்களைப் பிரித்தேன்.

கடனட்டைகளுக்குப் பணம் செலுத்தும்படி கோரி வந்த கடிதங்களுக்கு அடியில் ‘எயார் மெயில்’ ஒன்றும் தெரிந்தது. வேலணை என்று முகவரியிடப்பட்டு இருந்தது. யாராக இருக்கும் என்று நினைத்துக்கொண்டே அவசரமாகக் கடிதத்தைப் பிரித்தேன். தங்கம்தான் கடிதம் எழுதியிருந்தாள். அதில் இருந்த செய்திகள் எனக்கு ஆச்சரியத்தையும் குழப்பத்தையும் ஏற்படுத்தியது.

அழகான மணிமணியான எழுத்துகள். தங்கத்திற்கு எழுதப் படிக்கத் தெரியாது. அவளின்ர பேத்தியைக் கொண்டு எழுதியிருப்பாள் போல. இப்ப அவையெல்லாம் ஊரில படிச்சு நல்ல உத்தியோகம் பார்க்குதுகள். கடிதம் கீழ்கண்டவாறு எழுதப்பட்டிருந்தது.

வணக்கம் தம்பி. நான் தங்கம் எழுதுறன்.

உங்கட முகவரியையும், சுகத்தையும் கனடாவில இருக்கிற எங்கட அண்ணன்ர மகன் மூலமாக அறிந்துகொண்டேன். உங்களிற்ற ஒரு உதவி கேட்கிறதுக்காக இந்தக் கடிதத்தை எழுதுகிறேன்.

உங்களுக்குத் தெரிந்திருக்கும் ரெண்டு வருஷத்துக்கு முதல் எங்கட பக்கத்துக்கு ஆமி வந்தது. அந்த நேரம் நாங்கள் ஊரை விட்டு இடம்பெயர்ந்து போயிட்டம்.

உங்கட அம்மாவையும் வரச்சொல்லி எவ்வளவோ கேட்டனாங்கள். வரமாட்டன் என்று சொல்லிப்போட்டா.

உங்கட சொந்தக்காரர் ஒருத்தரும் அம்மாவைக் கூட்டிக்கொண்டு போகேல்ல. எல்லாரும் தாங்கள் தப்பினால் காணும் என்று ஓடிவிட்டினம். அவா அந்தப் பக்கம் ஆமி வராதெண்டு நினைச்சிருப்பா போல. அவங்களும் எங்கட ஊருகளில தங்கயில்லை. நேர யாழ்ப்பாணக் கோட்டைக்குத்தான் போனவங்கள். ஆனால் இடையில நடந்த சண்டையில ரெண்டு நாள் இழுத்துட்டுது. அவங்கள் போன அடுத்த நாளே நாங்கள் திரும்பி வந்தனாங்கள். எங்கட வீடுகள் எல்லாம் உடைஞ்சு தரைமட்டமாப் போச்சுது. எல்லாத்தையும் எரிச்சுட்டாங்கள். உங்கட அம்மாவின்ர ஞாபகம் வந்து நான்தான் வீட்டுப் பக்கம் போய் எட்டிப் பார்த்தனான். எல்லாம் நீங்கள் கேள்விப்பட்டிருப்பியள்.

வீட்டுக்குக் கிட்ட போகவே சரியான மணமாக இருந்துது. நாயொண்டு வாசலில செத்து காகங்கள் கொத்திக்கொண்டு கிடந்துது. நான் என்ர சின்னவனைக் கொண்டு அதைக் கிடங்க வெட்டித் தாட்டுப் போட்டன். அதுக்குப் பிறகுதான் வீட்டுக்குள்ள பார்த்தம். அம்மாவின்ர வீடு ஷெல் விழுந்து சிவருகள் அங்கங்க ஓட்டையா இருந்துது. கதவு ஓவென்று திறந்து கிடந்தது. ஏதோ பொல்லாத மணம் வந்தது. வாயையும், மூக்கையும் சீலைத் தலைப்பால பொத்திக்கொண்டு உள்ளுக்குப் போனனான்.

உங்கட அம்மா கழுத்திலயும், வயித்திலயும் சூடுபட்டு இறந்து கிடந்தா. நாத்தம் தாங்க ஏலாமல் இருந்தது. உடம்பு வீங்கி, வெடிச்சு... எல்லாம் எழுதினால் நீங்கள் வருத்தப்படுவீங்கள்.

ஊருக்குள்ள ஒரு சனமும் இல்ல. உங்கட ஆக்களும் வரேல்லை. பிறகு நான்தான் என்ர மகனையும், அவனிண்ட சினேகிதப்

பொடியளையும் பிடிச்சு, சாட்டி மயானத்தில எல்லாக் காரியத்தையும் நல்ல விதமா செய்து முடிச்சனான்.

மேல இருந்து விமானப் படை குண்டு போட்டதில மாட்டுக்கொட்டகைக்க நிண்ட மாடுகளும், ஒரு ஆடும் செத்து நாறிக்கொண்டு கிடந்துது. எல்லாத்தையும் அடக்கம் செய்து அந்த இடங்களைத் துப்பரவாக்கினது நாங்கதான்.

உங்கட அம்மாவைத் தேடி உங்கட ஆட்கள் ஒருத்தரும் வரேல்லை. எங்களுக்கு வீடு, வாசல் ஒண்டும் இல்லாததால நாங்க உங்கட வீட்டிலதான் இவ்வளவு காலமா இருக்கிறம். அம்மாவின்ர வீட்டை நாங்கள் நல்லாத்தான் வைச்சிருக்கிறம்.

இவ்வளவு காலத்திற்குப் பிறகு உங்கட மாமா வந்து இந்த வீட்ட விட்டு போகச் சொல்லுறார். எங்களுக்கு வேற வீடு இல்ல தம்பி. உங்கட அம்மாவும், நீங்களும் எங்களுக்குச் செய்த உதவிகளை நாங்கள் மறக்க இல்லை. நீங்கள் எங்களுக்கு ஒரு நல்ல முடிவு சொல்லுவீங்கள் என்று நம்புறன்.

இப்படிக்கு,

தங்கம்.

கடிதத்தை வாசித்து முடித்ததும், வேதனையில் என் மனம் கனத்தது. கண்கள் குளமாக அப்படியே அமர்ந்து விட்டேன். அம்மா... வீடு... எங்கட ஊர்... என்று என் நினைவுகள் சுழன்று, சுழன்று இறுதியில் வீட்டில் வந்து நின்றது.

'போர்...! போர்...!'

இந்தப் போரால எல்லாம் நாசமாப் போச்சுது. மனித உயிர் எவ்வளவு மலினமாய்ப் போச்சுது..! இப்ப மிஞ்சியிருக்கிறது அந்த வீடு ஒண்டுதான். அதுக்குத்தான் இப்ப ஆளுக்காள் இழுபறிப்படுகினம். சொந்தக்காரர் எல்லாரும் கொடுக்குக் கட்டிக்கொண்டு வெளிக்கிட்டு இருக்கினம்.'

தன்னுடைய வேலைகளை முடித்துக்கொண்டு மேலே வந்தாள் சுமதி. கடிதத்தை அவளிடம் நீட்டினேன்.

வீடு....!

அம்மாவின்ர கல்வீடு...! இதுதான் இப்ப எல்லாருக்கும் பிரச்சனை!

ரெண்டு நாளைக்கு முதல் மாமாவும் ஃபோனில கதைச்சவர்.

"தம்பி ஊரில இருக்கிற கல்வீட்டை எங்கட பேரில எழுதித் தாங்க. அங்க ஆராரோ எல்லாம் எங்கட ஆக்களின்ர வீடுகளில இருக்கினம். வீடு எங்கட பேரில இருந்தால் பாதுகாப்புத்தானே"

மாமா சொன்னது ஞாபகம் வந்தது.

போன கிழமை மகாலிங்கம் அண்ணரும் கடிதம் போட்டிருந்தவர். வீட்டை விற்கிறதென்டால் தன்னட்டச் சொல்லச் சொல்லி இருந்தார். அவரும் இப்ப கொழும்பில தான் இருக்கிறார். சனமெல்லாம் இப்ப பிரச்சனை ஒரு முடிவுக்கு வந்தபடியால் பழையபடி ஊருக்குக் கிளம்பியிருக்கினம். அங்க காணியள் எல்லாம் இப்ப நல்ல விலைக்குப் போகுதாம். தீவுப் பக்கத்தில ஹோட்டல்கள் கட்டி விட்டால் நல்லா உழைக்கலாமாம்.

"என்னப்பா செய்யப் போறியள்...?"

இரவுச் சாப்பாட்டை முடித்துவிட்டு என் அறை மேசையில் அமர்ந்திருந்தபோது மனைவி கேட்டாள். அவளிடம் ரெத்தினச் சுருக்கமாக நான் எழுதி வைத்திருந்த கடிதத்தை நீட்டினேன்.

அன்புள்ள மாமாவுக்கு,

அம்மா எங்களையெல்லாம் விட்டுட்டு போயிற்றா. அவவின்ர ஞாபகமா இருக்கிறது அந்தக் கல்வீடு ஒண்டுதான். அதில இப்ப தங்கம் குடும்பம் இருக்கிறதா அறிஞ்சன். அம்மாவின்ர கடைசிக் காரியங்களைச் செய்து அந்த ஆத்மாவுக்கு ஒரு ஆறுதலைக் குடுத்தது தங்கம்தான். தங்கம் குடும்பம் இருக்கும் மட்டும் அந்த வீட்டில இருக்கட்டும். அவையளுக்கு ஒரு கரைச்சலும் குடுக்க வேண்டாம். நான் அவையளுக்கும் இது தொடர்பாக கடிதம்

எழுதியிருக்கிறேன். அந்த வீடு தங்கம் குடும்பத்துக்குத்தான். இதுபற்றி மேற்கொண்டு எதுவும் பேச நான் விரும்பவில்லை.

இப்படிக்கு,
ரவி.
மருமகன்

(2010 ஆம் ஆண்டு, அவுஸ்ரேலியா தமிழ் இலக்கியக் கலைச் சங்கம் தனது 10 ஆவது தமிழ் எழுத்தாளர் விழாவை முன்னிட்டு நடத்திய சர்வதேச சிறுகதைப் போட்டியில் பரிசு பெற்ற கதை)

மல்லிகை, செப்டம்பர் 2010

உதயன் (கனடா), 22 ஒக்டோபர் 2010

கண்ணீர் அஞ்சலி

வவுனியாவில் இருந்து புறப்பட்ட யாழ்தேவி, மதவாச்சியை நெருங்கியபோது மதியம் ஒன்றரை மணியைத் தொட்டுவிட்டது. மதவாச்சி புகையிரத நிலையத்தில் ரயில் நிறுத்தப்பட்டதும் இறங்குவோர் இறங்க, ஏறுபவர்கள் சீட் பிடிப்பதற்காக முந்தியடித்தார்கள். பயணிகளோடு சேர்ந்து 'தெம்பிளி... தெம்பிளி..' என்று கூவிக்கொண்டு இளநீர் விற்பவர்கள், 'சோடா.. சோடா...' என்று கூவியபடி குளிர் பானங்களை விற்பவர்கள், 'வடே... வடே...' என்று கூவியபடி கடலை வடை விற்பவர்கள் என்று பெரிய கூட்டமே வண்டியில் ஏறி நிறைந்துகொண்டனர். அவர்கள் சுறுசுறுப்பாக தமது வியாபாரத்தை நடத்தியபடி ஒருவித அவசரத்துடன் முன்னகர்ந்து கொண்டிருந்தார்கள். வியர்வையின் நெடி, வெற்றிலை நாற்றம், சாராய வாடை இவற்றோடு கடலைவடையின் வாசமும் காற்றோடு கலந்து வந்தது. ரயில் பெட்டியின் யன்னல்கள் வழியாகத் தலையை வெளியே நீட்டிச் சிலர் காற்று வாங்கிக்கொண்டிருந்தனர்.

நான் ரயிலில் யன்னல் அருகோடு அமர்ந்திருந்தேன். பசி வயிற்றைக் கிள்ளியது. யாராவது சோற்றுப் பார்சல் விற்கமாட்டார்களா? என்ற யோசனையுடன் என் கண்களை நாலாபுறமும் சுழலவிட்டேன். நான் அமர்ந்திருந்த மூன்றாம் வகுப்பு ரயில் பெட்டிக்குள் இரண்டு, மூன்று பெண்கள் இடுப்பிலே சீத்தையும், ரவுக்கையும் அணிந்துகொண்டு கைகளில் பெரிய கூடைகளை ஏந்திப்பிடித்தபடி ஏறினார்கள். அவர்களோடு சேர்ந்து நல்ல பொதிச்

சோறின் வாசனையும் மிதந்துவந்தது. 'சோறு பார்சல்... சோறு பார்சல்...' என்று கூவியபடி இரண்டொருவர் என்னைக் கடந்து சென்றனர். அடுத்ததாக வந்த பையனை மறித்து அவனிடமிருந்து ஒரு சோற்றுப்பார்சலை வாங்கினேன். பார்சலைத் திறக்கும் முன்னே கருவாட்டுக் குழம்பின் வாசனை என் பசியை மேலும் கிளறியது.

அளவான சூட்டில் சாப்பாடு அந்தப் பசிக்கு தேவாமிர்தமாகவே இருந்தது. எப்பிடி வாங்கினேன்? எப்பிடி சாப்பிட்டு முடித்தேன் என்று எனக்கே தெரியாது. எதிரே அமர்ந்திருந்த ஒரு தமிழ் குடும்பம் தாங்கள் கட்டிக்கொண்டு வந்த உணவை இருவருக்கு ஒரு பார்சல் என்றவிதத்தில் அமர்ந்து சாப்பிட்டுக் கொண்டிருந்தனர். இடியப்பமும், சீனிச் சம்பலும் வாசமாக இருந்தது. வரவர ரயில் பெட்டிக்குள் நெருக்கம் அதிகரித்துக் கொண்டே வந்தது. வவுனியா, அனுராதபுரம், மட்டக்களப்பு, திருகோணமலை ரயில்கள் சந்திக்கும் முக்கியமான சந்தி இந்த மாகோசந்தி. எனவே அவற்றில் இருந்து சில பயணிகள் இந்த கடுகதி ரயில் வண்டியில் ஏறியிருந்தார்கள். விசில் சத்தத்தைத் தொடர்ந்து புகைவண்டி ஒரு குலுக்குக் குலுங்கியது. ரயில் மெதுவாக ஊர ஆரம்பித்தது.

தண்ணீரைக் குடித்துவிட்டு மிகுதிச் சோற்றுடன் வாழையிலையைக் கசக்கியபோதுதான் அது என் கண்களில் பட்டது. சாப்பாடு சுற்றி வந்த 'பேப்பரி'ன் இடதுபக்க மூலையில் அந்தப் படம் போடப் பட்டிருந்தது. இலையை எடுத்து எறிந்துவிட்டு, யன்னலினூடாக நன்றாக குனிந்து யாராவது வருகிறார்களா? என்று இருபக்கமும் பார்த்துவிட்டு, சாப்பிட்ட கையைச் சிக்கனமாகக் கழுவிக் கொண்டேன். வாசிப்பதற்காக வாங்கி வைத்திருந்த ஆங்கிலப் பத்திரிகையிலிருந்து ஒரு துண்டைக் கிழித்தெடுத்து ஈரம்போகக் கையைத் துடைத்தேன். அவசரமாக அந்தப் பேப்பரின் கசங்கல்களை நீவி விட்டு மீண்டும் படத்தை உற்றுப் பார்த்தேன். சந்தேகமே இல்லை. அது பார்த்தீபன்தான்!

என் கைகளில் மெல்லிய நடுக்கம்....

பார்த்தீபன்...!

பார்த்தீபன் யார் என்று நான் உங்களுக்குச் சொல்லியே ஆகவேண்டும்.

கிளிநொச்சியில் உருத்திபுரம் அவன் பிறந்து வளர்ந்த பூமி. செந்நெல் வயல்களும், தென்னந்தோப்புக்களும், தோட்டந் துரவுகளும் என்று எப்போதும் பச்சை பசேல் என்று வளங்கொழிக்க இயற்கை அன்னை கண்ணுக்கும், மனதுக்கும் குளிர்ச்சி தரும் பிரதேசம் அது. குளங்களில் தண்ணீர் நிறைந்து வழிந்துகொண்டே இருக்கும். இதமான குளிருடன் செம்மண் வாசனை காற்றில் கலந்திருக்கும். நெல்மணிகள் முதிர்ந்து, கனத்து, பாரத்தில் தலைசாய்த்து நிற்கும்.

பார்த்தீபன் பின்தங்கிய கிராமத்தில் பிறந்திருந்தாலும், படிப்பில் கெட்டிக்காரனாகவே இருந்தான். படிப்பு தவிர்ந்த மற்றைய நேரங்களில் வயலில் இறங்கி வேலை செய்வான். மாடுகளை அவிழ்த்து மேயவிடுவான். பால்கறப்பான். அவ்வளவு கஷ்டங்களுக்கு மத்தியிலும் அவன் படித்து யாழ் மருத்துவபீடத்திற்குத் தெரிவாகியிருந்தான்.

பார்த்தீபன் யாழ்ப்பாணத்தில் எங்கள் வீட்டில் தங்கியிருந்துதான் பல்கலைக் கழகத்திற்குச் சென்று வந்தான். அப்போது நான் முகாமைத்துவ பீடத்தில் படித்துக்கொண்டிருந்தேன். இருவரும் உறவினர்கள் என்பதற்கும் மேலாக ஒரே வயதொத்தவர்கள் என்பதால் எங்களுக்கிடையில் ஒரு இறுக்கமான நட்பு நிலவியது.

சதா படிப்பு, படிப்பு என்று மூழ்கியிருந்த பார்த்தீபனின் வாழ்விலும் காதல் என்ற வசந்தம் வீசத்தொடங்கியது. அவள் பெயர் ஆனந்தி. சொந்த இடம் திருநெல்வேலி. எங்கள் வீட்டுக்கு முன் வீடுதான் அவளுடைய வீடு. நண்பன் என்ற முறையில் தன் காதல் விசயத்தை பார்த்தீபன் என்னிடம் தெரியப்படுத்தினான். நானும் அவனுடைய காதலுக்குப் பச்சைக் கொடி காட்டினேன். தினம் தினம் வெறும் பார்வைகளால் மட்டுமே பேசிக்கொண்டார்கள். ஒருநாள் தைரியத்தை வரவழைத்துக்கொண்டு பார்த்தீபனே அவளிடம் தனது காதலை வெளிப்படுத்தினான். ஆனந்தியும் அதை

ஏற்றுக்கொண்டாள். எதுவித எதிர்ப்புகளும் இல்லாமல் அன்பு என்னும் நீர் ஊற்ற வளர்ந்தது காதல்.

ஆனந்தியின் பட்டப்படிப்பு மூன்று ஆண்டுகளுடன் முடிவடைந்திருந்த நிலையில் திருமணப் பேச்சு ஆரம்பமானது. தங்கள் மகள் ஒரு வருங்கால டாக்டரைக் காதலிக்கிறாள் என்பதை அறிந்ததும் ஆனந்தியின் தரப்பில் திருமணத்திற்கு பூரண சம்மதம் தெரிவிக்கப்பட்டது. ஆனந்தியின் படிப்பு முடிந்த கையோடு அவளுக்குத் திருமணம் செய்துவைப்பதில் அவசரம் காட்டினர் பெற்றோர். ஆனால் அங்குதான் பிரச்சினையும் உருவெடுத்தது. பார்த்தீபனிடம் திருமணத்திற்குச் சம்மதித்த பெற்றோர் நிபந்தனை ஒன்றையும் விதித்தனர்.

“அவுஸ்ரேலியாவில இருக்கிற எங்கட ரெண்டு பிள்ளையளும் எங்களுக்கும், மகளுக்கும் ஏற்கனவே ஸ்பொன்சர் செய்திருக்கினம். இவளின்ர படிப்பு முடியும் மட்டும்தான் பார்த்தனாங்கள். எங்களுக்கு அவளை உங்களுக்குச் செய்துவைக்கிறதில எந்தப் பிரச்சனையும் இல்ல. ஆனால் கலியாணம் அவுஸ்ரேலியாவிலதான்” என்றனர்.

‘என்ன கலியாணம் அவுஸ்ரேலியாவிலயோ?’

கல்லாய் சமைந்துவிட்டான் பார்த்தீபன். திருமணத்திற்குச் சம்மதம் தெரிவித்ததில் மகிழ்ந்து போயிருந்த பார்த்தீபனின் தலையில் இடிவிழுந்தது போலிருந்தது இந்த அறிவிப்பு. அவன் மறுத்தேவிட்டான். ஆனந்தி அவனிடம் எவ்வளவோ கெஞ்சிப் பார்த்தாள்.

“அண்ணாவையள் எங்கள ஸ்பொன்சர் பண்ணியிருக்கினம். என்ர படிப்புக்காகத் தான் இவ்வளவு நாளும் அம்மா, அப்பாவையள் வெயிட் பண்ணினவெ. இப்ப நீங்கள் ஏலாது என்றால் எப்பிடி?...” என்றபடி கண்ணைக் கசக்கினாள் ஆனந்தி. பார்த்தீபன் தன் முடிவில் உறுதியாக இருந்தான்.

“நீங்க அங்க வரலாம் தானே. ‘டொக்டர்’மாரை என்றால் ‘ஸ்பொன்சர்’ பண்ணுறதும் சுகம் எண்டு அண்ணா சொன்னவர். அங்க உங்களுக்கு கிளினிக் ஒண்டும் போட்டுத்தார மாதிரி

கதைச்சவையள். அங்கயென்டால் எல்லா வசதியளோடயும் இருக்கலாம். இங்க மாதிரி நாட்டுப் பிரச்சினையும் இருக்காது. ஒருத்தருக்கும் பயப்படத் தேவையில்லை. உங்களப் போல டொக்டர்மாருக்கு அங்க நல்ல உழைப்பாம்" என்று பார்த்தீபனின் மனதைக் கரைக்க எவ்வளவோ பேசிப் பார்த்தாள் ஆனந்தி. பார்த்தீபன் அதற்கெல்லாம் மசியவே இல்லை.

அவன் சிறுவயது முதல் ஊரின் மீதும், தன் மக்கள் மீதும் அதீத பற்றுக் கொண்டவன். மருத்துவப் படிப்பை முடித்ததும், தான் பிறந்து வளர்ந்த ஊரில் மக்களுக்கு சேவை செய்ய வேண்டும் என்று அடிக்கடி சொல்வான். அப்படிப்பட்டவன் அவர்களின் விருப்பத்திற்குச் சம்மதிப்பானா?

"என்ர உயிர் மூச்சு இருக்கும் வரைக்கும் இந்த நாட்டு மக்களுக்குச் சேவை செய்ய வேணும் என்றதுதான் என்ர விருப்பம். வெளிநாட்டு வசதி வாய்ப்புகளைவிட நான் இந்த மண்ணையும், மக்களையும் நேசிக்கிறன். என்ர தாய் மண்ண விட்டு நான் எங்கயும் வரமாட்டன்" என்றான் உறுதியாக.

ஆனந்தி அழுது மன்றாடிக் கேட்டுப் பார்த்தாள். பார்த்தீபன் மறுத்தே விட்டான்.

"என்னோட என்ர ஊரில வாழ ஏலுமென்றால், நீர் எங்கட கலியாண விசயத்தைப் பற்றி பேசும். இல்லையென்றால் உம்மட விருப்பம் போல செய்யலாம்" என்று பிடிவாதமாகக் கூறிவிட்டான்.

தங்கள் படிப்பையும், டாக்டர் பட்டத்தையும் காட்டி எத்தனையோ டாக்டர்கள் சொந்த மண்ணை, சொந்த நாட்டை விட்டு வெளியேற, தனது படிப்பு தனது மக்களுக்கு பயன்பட வேண்டும் என்று நினைத்த பார்த்தீபன் தன் காதலியின் ஆசைக்கு இணங்க மறுத்துவிட்டான். காதலா? தன் மக்களா? என்று வந்தபோது மக்கள்தான் என்று தனது காதலைத் தியாகம் செய்தான்.

முடிவில் ஆனந்தி தனது பெற்றோருடன் அவுஸ்திரேலியாவுக்குப் பயணமானாள்.

படிப்பு முடிந்ததும் பார்த்தீபனுக்கு அவனுடைய அயல் ஊரான தருமபுரத்திலேயே நியமனம் கிடைத்தது. நல்ல கைராசியான டாக்டர் என்ற பெயருடன் சந்தோசமாகத் தனது கடமையை ஆற்றினான். பின்னர் அந்த ஊரிலேயே ஒரு பெண்ணை மணந்துகொண்டான்.

காலங்கள் உருண்டோட கிளிநொச்சி மண்ணில் யுத்தம் தொடங்கியது. மண்ணை நம்பி விவசாயம் செய்து வாழ்ந்து வந்த மக்கள் தங்கள் வாழ்விடங்களை விட்டு இடம் பெயரத் தொடங்கினர். எங்கும் குண்டுச் சத்தங்களும், மரண ஓலங்களுமே மிஞ்சின. இடம்பெயர்வுகள் தொடர்ந்தன.

தருமபுரம் மருத்துவமனை காயக்காரர்களால் நிறைந்து வழிந்தது. மருந்துப் பற்றாக்குறையோடு, மருத்துவர்கள் பற்றாக்குறையும் கொண்ட வன்னிப்பிரதேசம் அது. தொண்டர்கள் பலர் உதவிக்கு கைகொடுக்க இரவு, பகல் பாராமல் காயக்காரர்களைக் கவனித்தான் பார்த்தீபன். நாட்கள் நகர நகர போரின் அகோரம் கூடிக்கொண்டே போனது. கண்மூடித்தனமான இராணுவத் தாக்குதலில் தருமபுரம் அரசினர் மருத்துவமனைகூட மிஞ்சவில்லை.

அன்றும் அப்படித்தான் நடந்தது. அதிகாலையிலேயே ராணுவத்தின் ஷெல் வீச்சு ஆரம்பமாகிவிட்டது. பல்குழல் பீரங்கிகள் தொப்புத்தொப்பென்று விழுந்து தருமபுரம் பிரதேசமே அதிர்ந்து கொண்டிருந்தது. வைத்தியர்களும், வைத்தியம் தெரிந்தவர்களும் என்று வைத்தியசாலை ஓய்வின்றி இயங்கிக்கொண்டிருந்தது. திடீரென்று பாரிய வெடியோசையொன்று. பார்த்தீபனுக்குப் பதுங்குகுழிக்குள் ஓடக்கூட நேரம் இருக்கவில்லை. மற்ற மருத்துவர்களைப் போலவே அவனும் இரண்டு காதுகளையும் பொத்திக்கொண்டு விழுந்து குப்புறப் படுத்தான். அடுத்த கணம் காதை செவிடுபடுத்தும் மற்றுமொரு இடியோசை. எங்கும் புழுதி மண்டலம். அடுத்தடுத்து நான்கைந்து ஷெல்கள் மருத்துவமனைக் கட்டடம் மீது விழுந்து வெடித்தன. நோயாளர்கள், காயக்காரர்கள் பலர் இறந்து போனார்கள். வைத்தியர் ஒருவரும், தாதியர்கள் சிலரும் படுகாயமடைந்தனர். பார்த்தீபனுக்கும் வலது கையில் இரண்டு சன்னங்கள் துளைத்திருந்தன. கட்டிட இடிபாட்டுக்குள் மாட்டிக்கொண்டதில் காலிலும் எலும்பு முறிவு ஏற்பட்டிருந்தது.

மருத்துவமனைக் கட்டிடம் முழுவதும் சேதமடைந்ததாலும், பாதுகாப்பின்மையாலும் வைத்தியசாலை இறுதியில் புதுமாத்தளன் பகுதிக்கு இடம் மாறியது.

பார்த்தீபன் தனது மனைவியையும் இரண்டு வயது மகனையும் கூட்டிக்கொண்டு, தன் உறவினர்களோடு புதுமாத்தளன் பகுதிக்கு இடம்பெயர்ந்தான். அங்கு வைத்தியர்களுக்கு என்று போதியளவு விடுதி வசதிகூட இருக்கவில்லை. மக்களோடு மக்களாக மருத்துவமனையை ஒட்டி ஒரு கூடாரத்தை அமைத்துத் தனது குடும்பத்தைத் தங்க வைத்தான். அரைப்பட்டினி, கால் பட்டினி என்று நாட்கள் நகர்ந்தன. அந்தப் பகுதியில் பெரும் தொகையான மக்கள் தங்கி இருந்தனர். காயமடைந்து வைத்தியவசதிகள் ஏதுமற்று துடித்துக் கொண்டிருக்கும் குழந்தைகளைப் பார்த்தபோது பார்த்தீபனுக்குத் தன்னுடைய காயங்கள், வலிகள், வேதனைகள் ஒன்றும் பெரிதாகத் தோன்றவில்லை. பார்த்தீபன் அங்கிருந்த மருத்துவமனையில் தனது பணியைத் தொடர்ந்தான். கூடார வெக்கைக்குள்ளும், மரங்களின் நிழலிலும் கிடந்த நோயாளர் பெரும் சிரமப்பட்டனர். பார்த்தீபன் தன்னால் முடிந்த மட்டும் ஓடியோடி அவர்களுக்கு உதவினான்.

இரண்டு, மூன்று நாட்களாக முள்ளிவாய்க்கால், புதுமாத்தளன், இரட்டைவாய்க்கால், இடைக்காடு, வலைஞன் மடம் பகுதிகளில் தொடந்து தாக்குதல் நடத்தப்பட்டது. பாதுகாப்பு வலயம் என்று அரசினால் அறிவிக்கப்பட்ட பகுதிகளே குறிவைத்துத் தாக்கப்பட்டன. காயமடைந்தோர், இறந்தோர் உடல்கள் வந்து குவிந்துகொண்டே இருந்தன.

பார்த்தீபனைப் போன்ற வைத்தியர்களுக்கு கையறுநிலைதான். தம் இரண்டு கைகளால் எத்தனை பேருக்குத்தான் மருந்துபோட முடியும். நாள்தோறும் முன்னூறு, நானூறு வரையானோர் காயமடைந்தனர். அவர்களில் ஒரு தொகையினர் அடுத்தடுத்த நாட்களில் இறந்துபோயினர். காரணம் சாதாரண தலைவலி மாத்திரைகூட அவர்களிடம் இல்லை என்கிற நிலைதான். வெட்டும், கொத்தும் எல்லா வகையான கூரான ஆயுதங்களும் சிகிச்சைக்குப்

பாவிக்கப்பட்டன. எல்லா வகையான துணிவகைகளும் காயக்கட்டுகளுக்குப் பாவிக்கப்பட்டன. கொதித்த நீர், சுண்ணாம்பு போன்றவைகளும் மருந்தாக பயன்படுத்தப்பட்டுக் கொண்டிருந்தன.

வெயில் வெக்கையிலும், மண்ணை அள்ளிக்கொண்டு வந்து கொட்டிய காற்றின் வீச்சிலும், கூடாரங்களிலும், மரங்களுக்குக் கீழும் காயப்பட்டுக் கிடந்தவர்கள் வேதனையில் துடித்துக்கொண்டு இருந்தனர். மருந்தின்றி வெறுமனே கட்டப்பட்டிருந்த நாள்பட்ட காயங்களிலிருந்து புழுக்கள்கூட நெளிந்தன.

'சர்வதேச நாடுகளில்கூட இந்த மனித இழப்புக்களைக் கேட்க யாருமில்லையா? பசியாலும், பட்டினியாலும் வாடும் இந்த உயிர்களின் பெறுமதி யாருடைய கண்களுக்கும் புலப்படவில்லையா? மனித உயிர்கள் இவ்வளவு மலினப்பட்டு விட்டதே' என்று பார்த்தீபன் தினமும் புளுங்கினான். பிறந்த குழந்தை முதல் பெண்கள், சிறுவர்கள், வயோதிபர்கள் என்று காயப்பட்டும், இறந்தும் கிடப்போரைக் காணக்காணப் பார்த்தீபனுள் அவர்களுக்காகச் சேவை செய்ய வேண்டும் என்ற வெறி கூடிக்கொண்டே வந்தது.

இப்போதெல்லாம் பார்த்தீபன் ஒரு இயந்திரத்தைப் போலவே செயற்பட்டான். எப்போது உறங்குகிறான். எப்போது விழிக்கின்றான் என்று அவனுக்கே தெரியாது. சாவுகள்கூட அவன் கண்களுக்கு சாமான்யமாகத் தெரிந்தன. இறந்தவர்கள் போக இருக்கிறவர்களுக்கு வேண்டியதை ஒரு இயந்திரத்தைப் போல செய்துகொண்டிருந்தான். எந்தக் குண்டுச் சத்தங்களும் அவனை இடஞ்சல் செய்யவில்லை. வலியின் வேதனையில் அழுது குளறும் மக்களின் அவலக் குரல்கள் மட்டுமே அவனுடைய காதுகளுக்குள் சதா கேட்டுக்கொண்டிருந்தன. இரவு பகல் பாராமல் நோயாளர்களுடனேயே சுழன்றான். சரியான மருத்துவ வசதியில்லாமல் அநியாயமாக அங்கவீனர்களாகிக் கொண்டிருக்கும் இளம்பிஞ்சுகளைப் பார்த்து அவனுடைய உள்ளம் வெதும்பியது. இயலாமையும், ஆற்றாமையும் சேர்ந்து அவனுக்கு இந்த உலகத்தின் மீது வெறுப்புணர்வை ஏற்படுத்தியது. தன்னுடைய குடும்பத்தைக்கூட மறந்துவிட்டு மருத்துவப்பணியில் ஈடுபட்டான்.

இந்த நிலையில் தான் பார்த்தீபனின் மகனும், மனைவியும் எறிகணைத் தாக்குதலுக்கு இலக்காகிக் காயமடைந்தனர். பார்த்தீபனின் மனைவி பித்துப் பிடித்தவள் போல அழுது குளறினாள். மகனுக்குத் தலையில் பலமான காயம் ஏற்பட்டிருந்தது. நெற்றியில், கண் புருவத்திற்கு அருகில், அவன் பிஞ்சுக் கைகளில், வயிற்றில், கால் தொடையில் என்று அந்தச் சின்னஞ்சிறு சிசுவின் உடல் பூராவும் கட்டுப்போட்டிருந்தது. அவனை மடியில் வைத்துக்கொண்டு தடவித் தடவி மனைவி அழுதுகொண்டிருந்தாள். அவளுக்கும் தோள் பட்டையிலும், பின் முதுகிலும் கட்டுக்கள் போடப்பட்டிருந்தன.

"எல்லாம் உங்களாலதான். இப்ப உங்களுக்கு சந்தோசம் தானே.... நான் அப்பவே வெளிக்கிடுவம், வெளிக்கிடுவம் எண்டு சொன்னனான். கேட்டனீங்களோ...." என்று பார்த்தீபனைக் கண்டதும் ஆவேசம் வந்தவளைப் போலக் கத்தினாள் அவள்.

காயப்பட்டுக் கிடக்கும் குழந்தையையும், மனைவியையும் பார்த்தபோது பார்த்தீபனாலும் தாங்க முடியவில்லைதான். தான் ஒரு டாக்டராக இருந்தும் தன் மனைவிக்கோ, மகனுக்கோ சரியான சிகிச்சை செய்ய முடியாமல் இருப்பதைக் காண மனம் வெறுத்தது பார்த்தீபனுக்கு. கிட்டவாக துப்பாக்கி வேட்டுக்களும், இராணுவக் கவச வாகனங்களின் உறுமல்களும் கேட்டுக்கொண்டிருந்தன.

"சனமெல்லாம் கடல் வழியாகவும், தரை வழியாகவும் வெளியேறப் போகீனமாம். நாங்களும் அவையளோட போவம்" என்று புலம்பத் தொடங்கினாள். அவளது கோபத்திலும், பேச்சிலும் இருக்கும் நியாயம் பார்த்தீபனுக்குப் புரியாமல் இல்லை.

"நான் ஒரு டொக்டர். என்னுடைய உழைப்பு இப்ப, இந்த மக்களுக்குக் கட்டாயம் தேவை. இது எல்லாத்தையும் விட்டுவிட்டு என்னால வர ஏலாது. நீர் மகனைக் கொண்டு போம். உதவிக்கு உம்மட அம்மா, சகோதரங்கள் இருக்கீனம் தானே..." பார்த்தீபன் சொல்ல, கோபமாய் அவனைப் பார்த்தாள் மனைவி. மனைவியையும், மகனையும் வெளியேற்றிவிட்டு தான்மட்டும் அங்கு தங்கிவிட உத்தேசித்தான் பார்த்தீபன்.

"நான் அரசாங்க ஊழியன். என்னை இராணுவம் ஒன்றும் செய்யாது. நான் என்ர கடமையைத்தான் செய்கிறேன். நீர் போம். எனக்கு ஒரு பிரச்சினையும் வராது. நீர் பிள்ளையைக் கவனமாக் கொண்டு போம்"என்றான் பார்த்தீபன்.

மனைவியைத் தேற்றி அனுப்புவதே பெரும்பாடாக இருந்தது பார்த்தீபனுக்கு. அதைத்தவிர வேறு வழியிருப்பதாகவும் அவனுக்குத் தோன்றவில்லை. போரின் இடைவெளி குறைந்து கொண்டே வருகிறது. இந்த நிலையில் அவர்களை யுத்தத்திற்கு பலிகொடுக்க அவன் விரும்பவில்லை. கெஞ்சி, மன்றாடி, கோபித்து, அழுது என்று பல அஸ்திரங்களைப் பாவித்து மனைவியையும், குழந்தையையும் வெளியேற்றினான். இரவோடு இரவாக புறப்பட்ட மக்களுடன் தனது குடும்பத்தையும் அனுப்பிவைத்தான்.

மறுநாள் அதிகாலையே கடும் தாக்குதல் ஆரம்பமானது. அதிகாலை முதல் மதியம் பதினொரு மணிவரை புதுமாத்தளன் தொடக்கம் முள்ளிவாய்க்கால் வரை பரந்திருந்த மக்கள்மீதும் அங்கு இருந்த மருத்துவமனைமீதும் குண்டுமழை பொழிந்தன இராணுவத்தினரின் விமானங்களும், பீரங்கி மோட்டார்களும். கடற்கரை மணலினுள்ளும், கடலிற்குள்ளும், நடந்தன கோரத்தாக்குதல். மறைந்து தப்ப எந்த மறைவிடங்களோ, சிறுபற்றைகளோ இல்லாத அளவிற்கு ஓர் பேரழிவு. ஆயிரக்கணக்கானோர் கொல்லப்பட்டனர். ஆயிரக்கணக்கானோர் காயமடைந்தனர். தப்பியோடிய மக்களும் கேடயங்களாகப் பிடிக்கப்பட்டு, புதுமாத்தளன் மருத்துவமனையை நோக்கி முன்னேறியது இராணுவம். ஏற்கனவே பிரயோகிக்கப்பட்ட இரசாயனக் குண்டு, மயக்க வாயுக்களினால் தாக்கப்பட்டு மயங்கிக்கிடந்த பலர் சுட்டுக்கொல்லப்பட்டனர். தங்களால் இயன்றளவு கொலைவெறித் தாக்குதலை நடத்திய இராணுவத்தினர் எஞ்சியிருந்தோரை இழுத்துச் சென்றனர்.

இந்த நிலையில்தான் பார்த்தீபனைப் பற்றியும் பல்வேறு வதந்திகள் வெளியாகிக்கொண்டிருந்தன.

டாக்டர் பார்த்தீபன் அந்த கோரத் தாக்குதலில் கொல்லப்பட்டார் என்று ஒரு செய்தி தெரிவித்தது.

போராளிகளைப் பராமரித்தனர் என்ற குற்றச்சாட்டின் பேரிலும், அவர்களுக்கு ஆதரவாளர்கள் என்ற பெயரிலும் சில வைத்தியர்கள் கைது செய்யப்பட்டு இராணுவத்தினரின் சித்திரவதைக்கு உள்ளானார்கள். பார்த்தீபனும் அந்த வகையில் கைது செய்யப்பட்டிருப்பதாக ஒரு வதந்தி பரவியது.

எதையும் ஊர்ஜிதம் செய்ய முடியாமல் தமிழ் மக்கள் முட்கம்பி வேலிகளுக்குள் மௌனிகளாக முடங்கிக்கிடந்தனர்.

"இராணுவ வீரர்களாக இருந்தால் என்ன? போராளியாக இருந்தால் என்ன? டாக்டர்களுக்கு எந்த உயிர் என்றாலும் உயிர்தானே?" என்று பார்த்தீபன் அடிக்கடி சொல்வது என் ஞாபகத்திற்கு வருகிறது. துயரம் நெஞ்சை அடைக்க அந்தப் பத்திரிகைத் தாளை மறுபடி விரித்துப் பார்த்தேன்.

கண்ணீர் அஞ்சலி என்ற வாசகங்களுக்கு கீழ், இரு குத்துவிளக்குகளுக்கு மத்தியில் டாக்டர் பார்த்தீபனும், அவரது இரண்டு வயதுக் குழந்தையும் எந்தக் கள்ளங்கபடமும் அற்று சிரித்துக்கொண்டிருந்தனர்.

என் கண்களில் இருந்து விழுந்த இரு துளி கண்ணீர் திவலைகள் 'கண்ணீர் அஞ்சலி' என்ற அந்த வரிகளுக்கு அர்த்தம் கொடுத்து அழிந்து போயின.

உதயன்(கனடா), 26 நவம்பர் 2010

கிறுக்கன்

கன்னத்திற்குக் கைகளை முண்டுகொடுத்து சோகமாக உட்கார்ந்திருந்தான் பரணி. அவன் கன்னங்களில் கண்ணீர்த் திவலைகள் உருண்டுகொண்டிருந்தன.

"என்ன மோனை? இப்பிடி அழுதுகொண்டிருந்தால் சரியா? சூரியனும் உச்சிக்கு வந்துட்டுது. போறவாற சனம் எல்லாம் பார்த்துக்கொண்டு போகுதுகள். நடக்க வேண்டிய அலுவலைப் பார்." பரணிக்கு அருகில் வந்து அவன் தலையை வருடியபடி தாய் நல்லம்மா சொன்னாள்.

அவன் கொஞ்சமும் எதிர்பார்க்கவில்லை. ஒரே நாளில் இந்த இரண்டு சாவும் நடக்கும் என்று அவன் கொஞ்சமும் நினைத்திருக்கவில்லை.

கண்ணுக்கு எட்டும் தூரத்தில் பரணியின் நண்பர்கள் ரவியும், கேசவனும் கிடங்கு தோண்டுவது தெரிந்தது. பரணி கண்களைத் துடைத்துக்கொண்டு எழுந்தான். அரையிலிருந்து நழுவிய அரைக்காற் சட்டையை மேலே இழுத்துவிட்டுக்கொண்டான். வீதியோரமாக சைக்கிளை மிதித்துக்கொண்டு போன இருவர் பேசிக்கொள்வது அவன் காதுகளில் துல்லியமாக விழுந்தது.

"இந்தப் பொடியன் சரியான கிறுக்கன். பார் இன்னும் அழுதுகொண்டு அதிலயே குந்திக்கொண்டு இருக்கிறான். ஏதோ

எங்கட இனம் சனம் செத்தமாதிரி....." கெக்கலங் கொட்டிச் சிரித்த வழிப்போக்கர்கள் மீது ஆத்திரத்துடன் ஒரு கல்லைப் பொறுக்கி விட்டெறிந்தான் பரணி. அவர்கள் மேலும் சிரித்துக்கொண்டே வேகமாக சைக்கிளை மிதித்தனர்.

பரணிக்குக் கோபம் கோபமாக வந்தது. இன்று காலைமுதல் வருவோர் போவோர் எல்லாம் அழுது வடிந்துகொண்டிருக்கும் இவனைப் பார்த்து இப்படித்தான் பேசிக்கொண்டு போகிறார்கள். பரணி தனக்குள் வந்த கோபத்தைக் கட்டுப்படுத்திக்கொண்டு அந்த இரண்டு உடல்களையும் அடக்கம் செய்வதில் கவனம் செலுத்தினான். அவன் உதடுகள் புறுபுறுத்தன.

"எந்த உயிர் என்டாலும் உயிர்தானே. இதில என்ன இனம் சனம் என்று பார்க்கினம்? உயிரின்ர மதிப்புத் தெரியாதவை. ஏதேதோ உளறுகினம்."

உயிரற்ற உடலமாகக் கிடக்கும் கண்மணியையும், வெள்ளையனையும் பார்க்கப் பார்க்க வேதனையாக இருந்தது அவனுக்கு.

'இந்த ரெண்டு ஜீவன்களும் தாங்கள் எந்த இனம், ஜாதி என்று பாக்க இல்லையே.'

வீட்டுக்குப் பின்புறமாக இருந்த அந்த மாமரத்தோடு சற்று சாய்ந்துகொண்டான். நண்பர்கள் குழிதோண்டுவதில் மும்மரமாக நின்றனர். அவர்கள் கண்களிலும் இந்த உடல்களுக்காக கண்ணீர் எட்டிப்பார்த்தபடி இருந்தது.

'இந்த சாவு மட்டும் நடக்காமல் இருந்திருந்தால்..................'

'நான் மாமர நிழலில் அமர்ந்து விளையாடும்போதெல்லாம் என் மடியில் ஓடிவந்து தலை வைத்துத் தூங்குகின்ற கண்மணிக்கும், வெள்ளையனுக்குமா உயிர் போகவேணும்'

'இவையள் எல்லாரும் தங்கட ஆக்கள் செத்தால் தான் கவலைப்படுவினம். கண்மணியும், வெள்ளையனும் அப்பாவி ஜீவன்கள் தானே. இனம் சனமா என்று கேட்கினம். கண்மணியும் வெள்ளையனும் ஒரே இனமா?.....'

'கண்மணியும் வெள்ளையனும் ஒரே பிளேட்ல சாப்புடுவீனம்..... பால் குடிப்பீனம்.... ஒன்றா விளையாடி, நித்திரைகொண்டு சந்தோசமா இருக்க இல்லையா?' நினைக்கும் போது எரிச்சலாக இருந்தது பரணிக்கு.

'இன்டைக்கு என்ர உயிர் இந்த உடம்பில இருக்குதெண்டால் அதுக்கு என்ன காரணம்? என்ன இனம், என்ன சாதி என்று பார்க்காத கண்மணியின்ரயும், வெள்ளையனின்ரயும் தியாகம்தான்' மனதுக்குள் புறுபுறுத்தான்.

பரணிக்கு கண்மணியும், வெள்ளையனும் என்றால் உயிர். பள்ளிக்கூட நேரம் தவிர மற்றைய நேரம் எல்லாம் அவனுக்கு இவர்களோடுதான் விளையாட்டு. போதாக்குறைக்கு அயலில் இருக்கும் ரவியும், கேசவனும்கூட வெள்ளையனின் பின்னாலேயே சுற்றுவார்கள். பரணி, தான் சாப்பிடும்போது வெள்ளையனுக்கும், கண்மணிக்கும் தட்டுகளில் சாப்பாடு கொடுத்துவிட்டுத்தான் சாப்பிடுவான். இரவு தூங்குவதற்கு முதலும் இவன் பால் குடிக்கும்போது வெள்ளையனையும், கண்மணியையும் மறக்கவே மாட்டான்.

குழியை வெட்டிமுடித்த நண்பர்கள் இருவரும் பரணியை நெருங்கி வந்தனர். வழமையாக அவர்கள் முகங்களில் தென்படும் குறும்பும், உற்சாகமும் எங்கோ ஓடிமறைந்திருந்தன. ஒருவிதச் சோர்வுடன் பரணியின் அருகில் வந்தமர்ந்து கொண்டனர். பரணிக்கு அருகே துவண்டு கிடந்த வெள்ளையனின் உடலை அன்புடன் வருடியது ரவியின் கரம்.

"வெள்ளையனுக்கும் கண்மணிக்கும் என்ன நடந்தது மச்சான்?"

நடந்த சம்பவத்தை பரணி விபரித்தான்.

அன்று காலை எட்டரை, ஒன்பது மணியிருக்கும், பரணி நல்ல நித்திரையில் இருந்தான். திடீரென்று ஒரு சத்தம் அவன் தூக்கத்தை கெடுத்தது. 'உஷ்.... உஷ்......' என்ற சத்தம் - பாம்பு சீறுவது போல, சத்தம் அருகில் கேட்டது. போர்வையை உதறியபடி கட்டிலில் எழுந்து உட்கார்ந்தான். சத்தம் மட்டும் கேட்டுக் கொண்டிருந்தது.

ஒன்றையும் காணவில்லை. கனவோ என்று தலையைச் சொறிந்து கொட்டாவி விட்டபோது மறுபடியும் அதே 'உஷ்..... உஷ்.......'. சத்தம் அவன் கட்டிலுக்கு அடியில் இருந்து வந்தது. மெதுவாக உடம்பை வளைத்து குனிந்து பார்த்தான். கட்டிலுக்கு அடியில் நான்கு அல்லது ஐந்து அடி நீளமான நாகம் ஒன்று படமெடுத்துச் சீறியது. அவனுக்கு குலை நடுக்கம். பாம்புக்குப் பக்கத்தில் கண்மணி வேறு......

பயத்துடன் கட்டிலில் இருந்து முடிந்தளவு தூரம் அப்பால் பாய்ந்து அறையை திறந்துகொண்டு வெளியே ஓடினான். வெள்ளையனுக்கு எப்படித் தெரிந்ததோ தெரியாது. அவன் கதவைத் திறந்ததும் அந்த இடைவெளிக்குள்ளால் உள்ளே நுளைந்த வெள்ளையன் பரணி கூப்பிட்டும் வெளியே வரவில்லை. நெஞ்சு திக்திக்கென்று அடித்துக்கொள்ள நடுங்கியபடி அறையையே பார்த்துக்கொண்டு நின்றான் பரணி.

முற்றத்தைக் கூட்டி குப்பையை அள்ளிக்கொண்டிருந்த நல்லம்மாவின் கண்களில் அவனது பீதியும், நடுக்கமும் ஏதோ விபரீதம் என்பதை உணர்த்தியிருக்க வேண்டும்.

"என்ன தம்பி..... என்ன?....." என்றபடி அள்ளிய குப்பையை அப்படியே போட்டுவிட்டு பரணி நின்றுகொண்டிருந்த இடத்தை நெருங்கினாள். அம்மாவிடம் நடந்ததைச் சொல்லவும் வெள்ளையன் பாம்பை தூக்கிவந்து வெளியே போடவும் சரியாக இருந்தது. பாம்பு அசைவாட்டம் இல்லாமல் கிடந்தது.

பரணிக்கு ஒரே சந்தோசம். பாம்பைக் கொன்றுபோட்ட வெள்ளையனை அணைத்து முத்தமிட்டான். அவன் பிடியிலிருந்து விலகி அவசரமாக, கொல்லைப்பக்கமாக ஓடினான் வெள்ளையன். பரணியும் திபுதிபுவென்று வந்து குவிந்துவிட்ட அயலவர்களும் செத்தபாம்பை வேடிக்கை பார்க்க, பக்கத்துவீட்டு முருகேசு அண்ணன் வந்து பாம்பு செத்துவிட்டதை உறுதிப்படுத்தினார். கொல்லையில் கிடந்த ஓலைகளைப் போட்டு நெருப்பு மூட்டி, பாம்பைத் தூக்கி நெருப்பில் போட்டார். ரப்பர் எரிவது போல ஒரு நாற்றம்... கூட்டம் மெல்லக் கலைந்தது.

“அம்மா நாகம்மாள் ஆச்சித் தாயே எங்கள மன்னிச்சிடம்மா.....” அம்மா கோயில் இருந்த திக்கைப் பார்த்துக் கும்பிட்டா. அப்போதுதான் பரணி கவனித்தான், கண்மணியையும், வெள்ளையனையும் காணவில்லை.”

காலையில் நடந்ததை விபரித்த பரணி அத்தோடு நிறுத்தி விட்டு விம்மி விம்மி அழத்தொடங்கினான்.

“பிறகு என்னடா நடந்தது?” ஆர்வமும், பயமுமாய் முகத்திற்கு இரண்டு கைகளையும் முண்டு கொடுத்துக்கொண்டு அமர்ந்திருந்த ரவி பரணியைக் கேட்டான்.

“கண்மணியக் காணயில்லை. நான் என்ர அறைக்குள்ள ஓடிப் போய் பார்த்தேன்” கண்களில் பொங்கி வழிந்த கண்ணீரைப் புறங்கைகளால் துடைத்தபடி தொடர்ந்தான் பரணி.

“கண்மணி கட்டிலுக்கடியில விழுந்து கிடக்கிறதைப் பார்த்தேன். அப்படியே கண்மணியைத் தூக்கிவந்து வெளியில வச்சுப் பார்த்தால் கண்மணிக்கு மூச்சு வரயில்லை. கண்மணியின்ர கால்ல ஒரு அடையாளம் தெரிஞ்சுது. அதுல பாம்பு கண்மணியைக் கொத்தியிருக்கும்போல. நான் அழுதுகொண்டு அம்மாவைக் கூப்பிட நினைக்க, அம்மாவே என்னைக் கூப்பிட்டா.

“டேய் பரணி இங்க ஓடிவாடா. கெதியன வா...” அம்மா கூப்பிட்ட விதம் எனக்கு என்னவோ போல இருந்தது. கண்மணியை விட்டுட்டு கொல்லைப் பக்கம் ஓடிவந்தேன். வெள்ளையன் வாயில நுரை கக்கினபடி இழுத்துக்கொண்டு கிடக்க அம்மா தள்ளி நின்று அழுதுகொண்டு இருந்தா. நான் பார்த்துக்கொண்டு இருக்கவே உயிர் அடங்கிப் போச்சுது.” விசும்பினான் பரணி.

“பாம்பு வெள்ளையனையும் கடிச்சிருக்குது......”

நண்பர்கள் மத்தியில் பெரும் அமைதி நிலவியது.

“பிள்ளையள்..... என்ன இதுல செய்துகொண்டிருக்கிறியள்? இப்பிடியே கனநேரம் வைச்சிருக்க ஏலாது. கெதியன அலுவலப் பாருங்கோ.”

நல்லம்மா குரல் கொடுத்தபடி அவர்களை நெருங்கி வந்தாள். அவர்கள் முகத்தில் ஈயாடவில்லை. எல்லோருமே சோகமாகக் காட்சி தந்தனர்.

"இப்பிடித்தான் பிள்ளையள் வாழ்க்கை என்டுறது. உங்களுக்கு இப்ப விளங்காது." என்றபடி ரவியின் தலையை அன்புடன் தடவினாள். சிறுபிள்ளைகள் அந்த ஜீவன்கள்மீது கொண்டிருந்த நேசத்தை நன்றாக உணர்ந்தவள் அவள்.

"ரவி வெள்ளைத் துணி கொண்டுவந்திருக்கிறன். பெரிய துண்டு வெள்ளையனுக்கு. மற்றது கண்மணிக்கு. உடம்பை வடிவா சுத்தித் தூக்கிக்கொண்டு போங்கோ."

பரணியின் தாய் கட்டளையிட்டதும் ஒரு பெருமூச்சுடன் எழுந்து நடந்தான் ரவி. கேசவன் பின்தொடர்ந்தான். பரணி ஓடிச்சென்று கண்மணி, வெள்ளையனின் உடல்களை ஆசையுடன் தடவிக் கொடுத்தான். அவன் விரல்களில் சிறு நடுக்கம். கண்களில் வேதனை நிரம்பி வழிந்தது.

"டேய் கண்மணியையும், வெள்ளையனையும் குளிப்பாட்ட வேணும். அப்பிடித் தானே செத்தவீடுகள்ல நடக்கிறது. ரவி போய்த் தண்ணி கொஞ்சம் கொண்டுவா." கட்டளையிட்டான் பரணி.

"எல்லா உயிரும் ஒன்றுதான். எங்களுக்கு ஒரு சாத்திரம்.... வெள்ளையனுக்கு ஒரு சாத்திரம் இல்லை. எல்லா உயிரும் செத்தா இப்படித்தான் உடம்பு வெறும் கட்டையாய்க் கிடக்கும். அதுக்குச் செய்ய வேண்டிய மரியாதைகளைச் செய்யவேணும். இதுல என்ன சாதி, இனம் என்று பார்க்கக் கூடாது. எனக்காக உயிரையே தியாகம் செய்த வெள்ளையனின்ரயும், கண்மணியின்ரயும் உடல்கள் அதுக்குரிய மரியாதையோட போகவேணும்" பரணி பெரிய மனிதனைப் போலப் பேசினான்.

நண்பர்கள் ஒன்றாகச் சேர்ந்து வீட்டிற்குள் இருந்து ஒரு சிறிய மேசையை எடுத்து வந்தார்கள். பரணி கண்மணியைத் தூக்கிக்கொண்டு வர, ரவியும், கேசவனும் வெள்ளையனின் உடலைத் தூக்கி வந்தனர். மேசையில் கிடத்திவிட்டு வாளி நிறைய

கொண்டு வந்த தண்ணீரில் உடல்களைக் குளிப்பாட்டினர். பரணியின் கண்கள் கண்ணீரைச் சொறிந்தன.

'இனி எப்போ மறுபடி இப்படி குளிப்பாட்டப் போறன்' என்று அவன் நினைத்துக்கொண்டான்.

அன்று ஞாயிற்றுக்கிழமை என்பதால் ஊர்ச் சந்தைக்குப் போய்வரும் மக்கள் அந்த வழியாகப் போய்க்கொண்டிருந்தனர். நல்லம்மா வீட்டில் நடந்த சம்பவம் ஊர் முழுவதும் பரவியிருந்தது. போவோர் வருவோர் எல்லாம் புதினம் விசாரிப்பதும், பார்ப்பதுமாக இருந்தனர்.

"ஐயோ பாவம்" என்றவர்களைவிட "பார் கிறுக்கன்கள்... தாட்டுப்போட்டு போறதுக்கு என்ன செய்துகொண்டு இருக்குறாங்கள். சொன்னாலும் விளங்காது சரியான கிறுக்கனுகள்" என்று வசை பாடியவர்கள்தான் அதிகம்.

"வெள்ளையனுக்கும் கண்மணிக்கும் இருக்கிற நன்றி உணர்வோ, நேசமோ இல்லாத இந்த ஜடங்கள் பேசுறதை கணக்கில எடுக்காத மச்சி" பரணியின் தோள் தொட்டுச் சொன்னான் ரவி.

"சரி சரி நடக்க வேண்டியதைக் கவனிப்பம்" என்று துரிதப்படுத்திய கேசவன் ஓடிப் போய் நல்லம்மா கொண்டு வந்து வைத்திருந்த துணிகளில் ஒன்றை எடுத்து அந்த உடல்களின் ஈரம்போக துடைத்து விட்டான். வீட்டு வளவில் பூத்திருந்த பூக்களைப் பறித்து பரணியின் தாய் இரண்டு மலர்ச்சரங்கள் தொடுத்து எடுத்து வந்தாள். பரணி மாலைகளை வாங்கி கண்மணியின் கழுத்திலும், வெள்ளையனின் கழுத்திலும் போட்டுவிட்டான். ஆசையாய் அந்தப் பஞ்சு போன்ற உடல்களை மறுபடியும் தடவிக் கொடுத்தான்.

பரணி சட்டென்று குசினிக்குள் ஓடினான். திரும்ப வந்தபோது அவன் கையில் கண்மணி பால் குடிக்கும் கப் இருந்தது. பஞ்சு போன்றிருந்த கண்மணியின் தலையை ஆசையாசையாய் வருடினான் பரணி. பால்கப்பைச் சரித்து "இந்தா கண்மணி கொஞ்சம் பால் குடி..... குடி கண்மணி...... குடி......" விம்மியபடி அழுத மகனைத் தூக்கி

அணைத்துக்கொண்டாள் தாய். ரவியும், கேசவனும் நல்லம்மா கொடுத்த துணியினால் வெள்ளையனின் உடலை மூடினார்கள்.

"ஐயோ என்ர வெள்ளையன்...! அம்மா என்ர வெள்ளையன் அம்மா.....!!" பரணி தாயின் மடியில் புரண்டு அழுதான். ரவியும், கேசவனும் அந்த இரண்டு உடல்களையும் தூக்கி மெதுவாகக் குழியில் இறக்கினர். ரவி மண்வெட்டியை எடுத்து மண்ணை அள்ளிக் குழியை மூடினான். தாயின் கால்களைக் கட்டிக்கொண்டு அழுதான் பரணி.

"கண்மணி....... என்ர கண்மணி...." விசும்பினான் பரணி.

ரவியும், கேசவனும்கூட அழுதனர். பரணி அவசரமாய் நடந்து தோட்டத்தில் எங்கோ முளைத்திருந்த இரண்டு மல்லிகைச் செடிகளை கொண்டு வந்தான். அந்தக் குழியின் முன்பாக அவற்றை நாட்டி விட்டு நிமிர்ந்தான்.

"சரி சரி எல்லாம் முடிஞ்சு போட்டுது. இனி அழக்கூடாது. போங்கோ" என்று நல்லம்மா கூறவும் ரவியும் கேசவனும் புறப்பட ஆயத்தமானார்கள். பரணிதான் பிரமை பிடித்தவன்போல அவ்விடத்திலேயே அமர்ந்திருந்தான். மண்ணில் விழுந்துபுரண்ட பரணியை தன் தோள்களில் தூக்கிப் போட்டுக்கொண்டு நடந்தாள். ரவியும், கேசவனும் அவர்களைப் பின்தொடர்ந்தனர்.

கண்மணியும், வெள்ளையனும் போன வருடம் பரணியின் பிறந்தநாள் பரிசாக அவனுடைய மாமா கொடுத்ததுதான். நண்பர்கள் கூடி ஆராய்ந்து, அந்த பொம்மேரியன் நாய்க்குட்டிக்கு வெள்ளையன் என்றும், பச்சை நிறக்கண்களால் மிரண்டு பார்த்த அந்தப் பூனைக்குட்டிக்கு கண்மணி என்றும் பெயர் வைத்தார்கள்.

நடப்பவற்றை எல்லாம் மூன்றாம் பேர்வழியாக வேலியோரமாக நின்று பார்த்துக்கொண்டு நின்ற எனக்கு அந்தப் பிஞ்சு உள்ளங்களின் வேதனை நெஞ்சை நெகிழவைத்தது. இதயம் இரும்பாய்க் கனத்தது.

அப்போது சிவன்கோயில் ஒலிபெருக்கியில் சீர்காழி கோவிந்தராஜன் கணீரென்ற குரலில் பாடிக்கொண்டிருந்த சிவபுராண வரிகள் காதில் விழுந்தன.

"புல்லாகிப் பூடாய்ப் புழுவாய் மரமாகிப்........" மாணிக்கவாசகரின் உருக்கமான வரிகள் என் நெஞ்சைப் பிசைய என் துவிச்சக்கரவண்டியை உருட்டியபடி நடக்கிறேன்.

கூர், மார்ச் 2010

வீரகேசரி, 16 மே 2010

இது இவர்களின் காலம்

நேரம் இரவு பன்னிரண்டு மணியை நெருங்கிக்கொண்டிருந்தது. அபார்ட்மெண்ட் பல்கனியில் நின்றுகொண்டு ரோட்டை வெறித்துப் பார்த்துக்கொண்டிருந்தாள் கௌரி. தீபாவை இன்னும் காணவில்லை. வீட்டிற்குள் இருக்கவும் முடியாமல், பல்கனியில் நிற்கவும் முடியாமல் இருதலைக்கொள்ளி எறும்பாகத் தவித்துக் கொண்டிருந்தாள் கௌரி. உள்ளே இரண்டாவது மகள் துளசி உறங்கிக் கொண்டிருந்தாள். நேரம் நகர்ந்துகொண்டே போனது. கண்ணுக்கு எட்டிய தூரம்வரை மனித நடமாட்டமே இல்லாமல் எங்கும் ஒரு நிசப்தம். மெல்லிய குளிர் காற்று உடலை தழுவிச்செல்ல, பல்கனியில் கிடந்த கதிரையில் சாய்ந்துகொண்டாள் கௌரி. தீபாவை இன்னும் காணவில்லை.

பத்து வருடங்களுக்கு முன்னர் திடீரென்று கணவன் மாரடைப்பால் இறந்துபோக இரண்டு பெண் குழந்தைகளையும் வளர்த்தெடுக்க கௌரி பட்ட சிரமம் அவளுக்குத்தான் தெரியும். அன்பும், அளவான கண்டிப்போடும்தான் பிள்ளைகளை வளர்த்தாள். 'தகப்பன் இல்லாமல் வளர்ந்த பிள்ளையள். நாளைக்கு ஒரு கெட்ட பெயரையும் சம்பாதிக்கக் கூடாது' என்பதைச் சொல்லிச் சொல்லியே வளர்த்தாள். 'சிங்கிள் மதராக'ப் பதிஞ்சதில் அரசாங்கம் இருக்க இடமும், வசிப்பதற்கு கொஞ்சம் பணமும் தந்தது. போதாததற்கு கௌரி ஒரு துணிக்கடையில் தையல் வேலைக்கும் போய் வந்தாள். மனத்தைரியமும், நேர்மையும், துணிச்சலும் உள்ளவள்தான் கௌரி.

அதனால்தான் அவளால் இவ்வளவு காலமும் கண்ணியமாகத் தன்னையும், தன் பிள்ளைகளையும் கவனித்துக்கொள்ள முடிந்தது.

மூத்தவள் தீபா கல்லூரிப் படிப்பை முடித்து, இப்போது பல்கலைக்கழகத்தில் படித்துக் கொண்டிருக்கிறாள். கணனித்துறையை அவள் விருப்பம் போலவே தெரிவு செய்ய அனுமதித்தாள் கௌரி. இளையவள் துளசி. அடுத்த வருடம் கல்லூரிக்குச் செல்லப் போகிறாள்.

“பிள்ளைகள் படித்து நல்ல ஒரு நிலைக்கு வரவேண்டும். அவர்களை நல்ல இடத்தில் கட்டிக்கொடுத்து நல்லபடியாக வாழ வைக்கவேண்டும்” இதுதான் கௌரியின் மண்டைக்குள் குடைந்து கொண்டிருக்கும் ஒரே சிந்தனை. அப்போதுதான் தனக்கும், தன் தையல் இயந்திரத்திற்கும் ஓய்வு கிடைக்கும் என்பது அவள் நம்பிக்கை.

‘கிரீச்....’ என்ற காதைப் பிளக்கும் ஓசையில் திடுக்குற்றுக் கண்விழித்தாள் கௌரி. காலை ஐந்து மணிக்கு இயங்கத் தொடங்கியவள் பல்கனியில் ஓய்ந்திருந்தவேளை கண்கள் சொருக கண்ணயர்ந்து விட்டிருந்தாள்.

அப்பார்ட்மண்டுக்கு முன்பாக கார் ஒன்று வந்து நிற்பது தெரிந்தது. கூடவே காதைப் பிளக்கும் ஓசையில் மேற்கத்திய இசையின் அதிர்வுகள். மகளைப் பற்றிய நினைவுகள் எழ அவசரமாக எழுந்து எட்டிப் பார்த்தாள்.

‘முன் சீட்டில் இருக்கிறவள் தீபா போல இருக்கே...’ கௌரியின் நெஞ்சில் பயம் பற்றிக்கொண்டது. அவளின் நினைப்பைப் பொய்யாக்காது தீபா கார்க்கதவைத் திறந்துகொண்டு இறங்கினாள். தீபாவின் வயதை ஒத்த வாலிபன் ஒருவன் உள்ளிருந்து கையசைத்து விடைகொடுத்தான். தீபா காரின் பின்பக்கக் கதவைத் திறந்து தனது புத்தகப் பையை எடுத்து தோளில் கொழுவிக்கொண்டு அப்பார்ட்மண்டுக்குள் நுளைவது தெரிந்தது.

கௌரிக்கு அந்த வானமே இடிந்து தன் தலையில் விழுந்துவிட்டது போல் இருந்தது.

‘யார் இந்தப் பொடியன்........?’

கல்லூரியில் படிக்கும் காலத்தில் தீபாவுக்கு கஜன் என்ற ‘போய்பிரண்ட்’ இருந்தது அவளுக்குத் தெரியும். இரண்டு, மூன்று தடவைகள் தீபாவை ‘பிக்கப்’ பண்ண கல்லூரிக்குச் சென்றவேளைகளில் தீபா கஜனுடன் பேசிக்கொண்டிருப்பதையும், தாயைக் கண்டதும் அவசரமாக அவனிடம் விடைபெற்றுக்கொண்டு ஓடிவருவதையும் கௌரி கண்டிருக்கிறார். அவனுடன் தீபா ஒருநாளும் வீட்டுக்கு வந்ததில்லை. அப்போதெல்லாம் இப்படி நேரம்தாழ்த்தி அவள் வீட்டுக்கு வருவதும் இல்லை. கஜன் தீபாவின் கல்லூரியில் ஒரே வகுப்பில் படிப்பவன் என்றும், படிப்பில் கெட்டிக்காரன் என்றும் தீபா தாயிடம் சொல்லியிருந்தாள். மகளிடம் பக்குவமாகச் சொல்லிப் பார்த்தாள் கௌரி. அவளோ,

“ஹீ ஈஸ் மை போய் பிரண்ட். நீங்க சொல்லுற மாதிரி ஆம்பிளைப் பிள்ளைகளைக் கண்டதும் பயந்து, நிலத்தைப் பார்த்துக்கொண்டு நடந்து வந்தால் எல்லாரும் என்னைப் பார்த்து சிரிப்பினம். திஸ் ஈஸ் கனடா. நான் ஒண்டும் சின்னப்பிள்ளை இல்லை” என்றாள்.

‘இந்த நாட்டு கலாச்சாரம், பழக்கவழக்கங்கள் அப்பிடி. ஆண்பிள்ளைகளும், பெண்பிள்ளைகளும் நண்பர்களாக பழகிற நாடு இது. ஒருத்தரை ஒருத்தர் தொட்டுப் பழகினாலும் கெட்ட எண்ணத்தோட பழகிற ஆட்களை அடையாளம் காணுற அளவுக்கு, பிள்ளைகளுக்கு அந்த அறிவும் இருக்கிறது.’ கௌரி தன்னைத் தானே தேற்றிக்கொண்டாள்.

‘ஒரு அளவுக்கு மேல பிள்ளைகளைக் கண்டிக்கக் கூடாது’ என்று நினைத்த கௌரி மகள் மீதிருந்த நம்பிக்கையால், அவளை அவள் போக்கில் விட்டிருந்தாள். அந்த நட்பும் காதல் வரை வளர்ந்திருந்தது மகளின் பேச்சுக்கள் மூலம் அறிந்து வைத்திருந்தாள்.

‘ஆனால் இவன்....?’

‘இவன் கஜனில்லை...’

‘புதியவன்..!!’

பல்கலைக்கழகத்திற்கு போகத் தொடங்கி ஒரு வருடம் வரை தீபா ஒழுங்காகத் தான் இருந்தாள். இப்போது இரண்டு, மூன்று மாதங்களாகத் தான் அவளது போக்கில் சில மாற்றங்கள். கைத்தொலைபேசியில் நீண்ட நேரமாக அரட்டையடிப்பது, நேரம் தாழ்த்தி வீட்டிற்கு வருவது என்று தாயிடமிருந்து கொஞ்சம் கொஞ்சமாக விலகிக்கொண்டிருந்தாள் தீபா. ஜாடை மாடையாக கௌரி கண்டித்தும் தீபா தன் போக்கிலேயே இருந்தாள். அவள் வீட்டிற்கு வரும்போது தீபா அநேகமாக துாங்கிக்கொண்டிருப்பாள். காலையில் எழுந்ததும் அவரவர் தன்பாட்டில் தங்கள் தங்கள் அலுவல்களை நோக்கி பறக்கும் அவசரம்.

தாய் பிள்ளைகளுக்குள்கூட ஒருவரோடு ஒருவர் பேச எங்கே நேரம்?

கதவைத் திறந்துகொண்டு உள்ளே நுளைந்த தீபா, தாய் தன்னை உறுத்துப் பார்ப்பதைக் கண்டும் காணாதவளாகத் தனது அறையை நோக்கி நடந்தாள். கோபத்தைக் கட்டுப்படுத்திக்கொண்டு மகளை விசாரித்தாள் கௌரி.

'அம்மா, இன்றைக்கு 'ஸ்பெஷல் கிளாஸ்' இருந்துது. அது முடிஞ்சு ஒரு 'பிரெண்ட்' வீட்ட போயிற்று வாறன். அதுதான் கொஞ்சம் லேட்டாயிட்டுது..."

"கொஞ்சம் லேட்....? இப்ப எத்தினை மணி தெரியுமோ?' என்றாள் மகளை ஆத்திரத்துடன் நெருங்கிய கௌரி.

"ஓ... அம்மா. எனக்கு உங்களோட கதைச்சுக் கொண்டிருக்க நேரமில்லை. நாளைக்கு எனக்கு 'எக்ஸாம்' இருக்கு. ப்ளீஸ்.... நாளைக்குக் கதைப்பம்..."

"நாளைக்கு என்ன கதைக்கிறது? இப்ப எனக்கு மறுமொழி சொல்லு" என்றாள் கௌரி.

திரும்பி தாயின் முகத்தைப் பார்த்தாள் தீபா. தாயின் இறுகிய முகத்தைப் பார்த்ததும் தன்னை சுதாகரித்துக்கொண்டு "சொல்லுங்க இப்ப உங்களுக்கு என்ன தெரியவேணும்?" என்றாள்.

"அது ஆரு 'பிரண்ட்'? இப்ப உன்னைக்கொண்டுவந்து 'ட்ரொப்' பண்ணினவனா அந்த 'பிரண்ட்'? இவ்வளவு நேரமும் அப்படி என்ன கதை உங்களுக்கு?" கௌரியிடமிருந்து சீறிப்பாய்ந்தன கேள்விக்கணைகள். ஒன்றும் பேசாமல் சுவரைப் பார்த்தபடி நின்றாள் தீபா. தாய் தனது விடயங்களில் தலையிடுவது அவளுக்குப் பிடிக்கவில்லை.

அவளுக்குக் கொஞ்சம் புத்திமதிகளைச் சொன்னாள் கௌரி. தீபாவின் முகம் இருண்டு கறுத்தது.

"ஸோ வட்? இப்ப நான் என்ன பெரிய பிழை செய்துட்டன். ஹீ ஈஸ் மை போய் பிரண்ட்."

"நானும் அவரும் கதைச்சுக்கொண்டு இருந்தம். இண்டைக்குக் கொஞ்சம் லேட் ஆகீட்டுது. அதுக்கேன் இவ்வளவு அட்வைஸ் பண்ணுறீங்க. நான் மற்ற நாட்களில இப்பிடி லேட்டா வந்திருக்கிறனா? இன்றைக்கு மட்டும்தான் கொஞ்சம் லேட்டாகிட்டுது..."

மகளின் வார்த்தைகளைக் கேட்டதும் உடைந்துபோனாள் கௌரி. ஏழு அல்லது எட்டு மணிக்குள் வீட்டுக்கு வந்து சேரவேண்டும் என்பது அவளது கட்டளை. அதைப் பிள்ளைகள் இருவரும் மீறியதே இல்லை. தோழிகளின் வீட்டில் சேர்ந்து படிக்கப் போவதாகக் கூறினால்கூட நன்றாக விசாரித்து, அதை உறுதி செய்தபின்னரே அவர்களை அனுப்புவாள். தன்னுடைய கட்டுப்பாட்டில் பிள்ளைகள் நல்ல முறையில் வளர்ந்துவருகிறார்கள் என்றுதான் கௌரி நினைத்தாள். ஆனால் தீபா இன்று கதைத்த விதம் அவளது உறுதியை உடைத்துவிட்டது.

"முந்தி அந்தப் பொடியன் கஜனோட 'போய்பிரண்ட்' என்று சொல்லிக்கொண்டு திரிஞ்சனியல்லோ..... அது என்ன மாதிரி?" சந்தேகத்துடன் கேட்டாள் கௌரி.

"அம்மா அது... அவர் கொலிஜ்ஜில படிக்கேக்க.... அவன் என்ர 'போய்பிரண்டா' இருந்தார். பிறகு அவன நான் விட்டிட்டன். அவன் ஒழுங்கா படிக்கிறதில்லை. அவனுக்கு சரியான முறையில உடுப்பு உடுக்கக் கூடத் தெரியாது" என்றவள் தொடர்ந்தாள்.

"இவரின்ர பெயர் பிரதீபன். நல்ல பொடியன். படிப்பு... விளையாட்டு..... கராட்டி என்று சரியான 'அக்டிவ்'. பிரதீபன்ர குடும்பமும் நல்ல குடும்பம். நல்ல வசதியான ஆக்கள். நான் அவையளின்ர வீட்ட போயிருக்கிறன். நல்லா ஆக்களோட பழகத் தெரிஞ்ச ஆக்கள். பிரதீபன்ர அம்மா ஒரு பார்மஸியில வேலை செய்யிறா. அப்பாவும் ஒரு எக்கவுண்டன். நல்ல வசதியா இருக்கினம்..."

"முந்தி அந்தப் பெடியன் கஜனோட சுத்தித் திரிஞ்சாய். இப்ப வேற ஒருத்தனோட சுத்திக் கொண்டு திரியிறாய். ஆரும் இதுகளைக் கேள்விப்பட்டால் எவ்வளவு வெக்கக் கேடு. உங்களை எல்லாம் வளர்க்க நான் எவ்வளவு கஸ்டப்படுகிறன். உனக்கு ஒரு தங்கச்சி இருக்கிறாள். நாளைக்கு அவள் உன்னப் பார்த்துத்தான் பழகப் போறாள்......" விசும்பினாள் கௌரி. தாயின் கண்கள் கலங்கியதும் ஓடி வந்து அணைத்துக்கொண்டாள் தீபா. உதட்டைக் கடித்துக்கொண்டு சிறிதுநேரம் பேசாமல் நின்றாள்.

"அம்மா.... இப்ப ஏன் அழுகுறீங்க? இது என்ர வாழ்க்கை. என்ர வாழ்க்கை எப்பிடி இருக்க வேணும் என்று நான்தான் முடிவெடுக்க வேணும். எனக்கு ஒரு ஆளைப் பிடிக்காட்டில் நான் எப்பிடி அவரோட வாழ ஏலும்? ஒருத்தருக்கு ஒருத்தர் ஒத்து வராட்டில் விட்டுட்டு, எனக்குப் பிடிச்ச ஒரு ஆளை தெரிவுசெய்யிறதில என்ன பிழையிருக்குதம்மா? கஜனின்ர குடும்பத்தைவிட இவை நல்ல வசதியான ஆக்கள்." என்ற தீபா, தாயின் கைகளை அன்புடன் பற்றி,

"அம்மா... இன்றைக்கு நான் லேட்டாக வந்தது பிழைதான். இனி நான் லேட் பண்ண மாட்டன். ஐயாம் ரியலி வெரி சொரி. பளீஸ் அம்மா.... சிரியுங்கோ அம்மா..." என்று தாயுடன் குழைந்தாள். கௌரிக்கும் தன்னைத் தேற்றிக்கொள்வதைத் தவிர வேறு வழியில்லை.

பதின்மூன்று, பதினான்கு வயதிலயே காதல், கலியாணம் என்று அவசரப்பட்டுட்டு பிறகு கையில பிள்ளையோட 'டைவேர்ஸ்' எண்டு வந்து நிக்கிற எத்தனையோ இளம் பிள்ளைகளின் கதைகளை இந்த புலம்பெயர்ந்த மண்ணில் அவள் கேள்விப்பட்டிருக்கிறாள். அந்த

நிலைமை தன் பிள்ளைகளுக்கு வரக்கூடாது என்பதுதான் அவளது கவலை. மகள் சொல்லுவதிலும் ஏதோ உண்மை இருப்பது போலவும் பட்டது.

நாட்கள் நகர்ந்தன. தீபா தாய்க்கு கொடுத்த வாக்கைத் தவறாமல் கடைப்பிடித்தாள். எப்போதும் போலவே வேளைக்கு வீட்டிற்கு வந்துவிடுவாள். ஆனால் அவள் நடை, உடையில்தான் அதிக மாற்றங்கள் தெரிந்தன. மகளுக்கு அதிகம் கட்டுப்பாடுகளை விதிக்க கௌரியால் முடியவில்லை. பிரதீபன், தீபா காதல் வளர்ந்து நெருக்கம் அதிகரிப்பதை அவள் உணராமல் இல்லை. மகளின் படிப்பு முடியும் நாளுக்காகக் காத்திருந்தாள்.

யூனிவேர்சிட்டி முடித்து தீபா நல்ல வேலையில் சேர்ந்துகொண்டாள். இளையமகள் துளசியும் யூனிவேர்சிட்டிக்குப் போகத் தொடங்கியிருந்தாள். தீபாவுக்குத் திருமணத்தை முடித்து வைத்துவிட்டால் ஒரு பெரிய பாரம் குறைந்துவிடும் என்று தீர்மானித்தாள் கௌரி. அப்போதுதான் தீபா அவள் தலையில் பெரிய கல்லைத் தூக்கிப்போட்டாள்.

அன்று வழமைபோல வேலை முடிந்து வீட்டிற்குத் திரும்பியிருந்தாள் கௌரி. அவள் வந்து சிறிது நேரத்திற்குள்ளாகவே தீபாவும் வீட்டிற்கு வந்துவிடுவாள். நண்பர்களுடன் விருந்து, அல்லது எங்காவது போகிறாள் என்றால் முன்கூட்டியே தாயிடம் சொல்லிவிடுவாள். மாலை மயங்கும் வேளையாகியும் மகள் வீடு திரும்பவில்லை. யோசனையுடன் சென்று தொலைபேசியைச் சோதித்தபோது தீபாவின் கைத்தொலைபேசியிலிருந்து ஒரு செய்தி அனுப்பப்பட்டிருந்தது.

"அம்மா நான் தீபா பேசுறன். பிரதீப் வேலை அலுவலாக அமெரிக்கா போறார். நானும் அவரோட போறன். நீங்க யோசிக்க வேண்டாம். நாளைக்கு வந்துடுவன்"

அதிர்ந்துபோய் உட்கார்ந்து விட்டாள் கௌரி.

'தீபாவுக்கு எப்பிடி இவ்வளவு மனத் தைரியம் வந்தது?.....'

‘ரெண்டு பேருமாகப் போய் அங்க ஒருநாள் தங்கியிருந்துபோட்டு வரப்போகினம் என்று கொஞ்சம் கூட கூச்சம் இல்லாமல் சொல்லிப்போட்டு போயிட்டாளே’

‘ஏதாவது நடந்துதென்றால் என்ன செய்ய....?’ தன்னையே நொந்துகொள்வதைத் தவிர அவளுக்கு வேறு வழி தெரியவில்லை.

‘என்ர சம்மதம்கூட அவளுக்குத் தேவையில்லாமல் போயிட்டுது. வெளியில தெரிஞ்சால் வெக்கக்கேடு. சீ...’

‘பொத்திப் பொத்தி வளர்த்தன். ரெக்கை முளைச்சவுடன தங்கட இஸ்டத்துக்குப் பறக்க வெளிக்கிட்டுட்டாள்’

கௌரி தனக்குள் புலம்பினாள்.

‘இன்னும் முறையாகக் கலியாணம் பேசி முற்றாக்க இல்லை. அதுக்குள்ள பறக்கிறாள். இது எங்கபோய் முடியப்போகுதோ?’ ஒரே கலக்கமாக இருந்தது கௌரிக்கு.

திடீரென்று எதையோ நினைத்து எழுந்த கௌரி குளியல் அறைக்குச் சென்று முகத்தைக் கழுவி வெளியில் செல்லத் தயாரானாள். துளசியைக் கதவைத் தாள்ப்பாழ் போட்டுப் பூட்டச் சொல்லிவிட்டு வெளியேறினாள்.

அண்மையில் பிரதீப் வீட்டிற்கு அவனுடைய பிறந்த நாள் விழாவுக்காக தீபா தாயை அழைத்துச் சென்றிருந்தாள். பிரதீபன் பெற்றோரைச் சந்தித்து பிரதீபனையும், தீபாவையும் கண்டித்து வைக்கும்படி கேட்டுக்கொள்வதற்காகவே அவள் இப்போது புறப்பட்டு வந்திருந்தாள். அவள் சொல்வதை அவர்கள் எப்படிப் புரிந்துகொள்ளப் போகிறார்களோ? என்று அவளுக்கு அச்சமாகவும் இருந்தது. திருமணத்திற்கு முன் பிள்ளைகள் இப்படி ஒன்றாக ஊர் சுற்றுவதை, எந்தப் பெற்றோரும் அனுமதிக்க மாட்டார்கள் என்ற சிறுநம்பிக்கையுடன்தான் அவள் அவர்களின் வீட்டைத்தேடி வந்தாள்.

‘தீபா இப்பிடி அடங்காமல் அவனோட வெளிக்கிட்டுத் திரியுறதைப் பார்த்து அவையள் எவ்வளவு அசிங்கமாக கதைக்கப்

போகினம். ஆத்தைக்காரியும் விட்டிட்டாள் என்று என்னைத்தான் வாய்க்கு வந்தபடி சொல்லுவினம்' கௌரியின் மனம் எதையெதையோ நினைத்து சங்கடப்பட்டுக்கொண்டது.

கௌரி 'கோலிங்' பெல்லை அழுத்தியபோது பிரதீப்பின் அம்மா கதவைத் திறந்தார். ஆச்சரியத்துடன் அவளை வரவேற்று உபசரித்தார். உள்ளே பிரதீபனின் தந்தையார் அமர்ந்திருந்தார். தான் வந்த விசயத்தை எப்படிக் கதைப்பது என்ற தயக்கத்துடன் 'லிவிங்ரூமில்' கிடந்த சோபாவில் அமர்ந்துகொண்டாள் கௌரி.

'எங்க தீபா வரேல்லையா?'' என்று அந்த அம்மாள் கேட்டபோதுதான் அவர்களுக்கும் தீபா பிரதீபுடன் சென்ற விசயம் தெரியாது என்பது புரிந்தது. தயங்கியபடி விசயத்தைச் சொன்னபோது அவர்களுக்கும் அதிர்ச்சிதான்.

"பிரதீப் இதைப்பற்றி எங்களோட ஒன்றும் சொல்ல இல்லை. தெரிஞ்சிருந்தால் நாங்கள் இப்பிடிப் போக விட்டிருக்கமாட்டம்" என்றார் சற்றே கோபம் தோய்ந்த குரலில் பிரதீபனின் அப்பா. பிள்ளைகளின் காதல் விவகாரம் ஏற்கனவே அவர்கள் அறிந்ததுதான். இருவருடைய பட்டப்படிப்பும் நல்லபடி முடிந்துவிட்டது. இருவருக்கும் அவர்கள் விரும்பியது போலவே வேலையும் கிடைத்துவிட்டது. இனி என்ன தாமதம்? திருமணத்தை முடித்துவிடுவோம் என்ற முடிவுக்கு இருவீட்டாரும் வரவேண்டியதாயிற்று.

"பிள்ளையளின்ர காரியங்களை நாங்கதான் யோசிச்சு செய்திருக்கவேணும். அதுதான் அவையள் எல்லாத்திலயும் முந்தப்பாக்கினம்.." பொருள் பொதிந்த வார்த்தைகளை உதிர்த்தார் பிரதீபனின் அப்பா. கௌரி குறுகுறுக்கும் குற்ற உணர்வுடன் அமர்ந்திருந்தாள்.

"நீங்க தீபாவின்ர குறிப்பை ஒருக்கா எங்களுக்கு ஈமெயில் பண்ணிவிடுங்கோ. நான் நாளைக்கே கோயில்ல ஐயரிட்டக் குடுத்து ஒரு நல்ல நாளாகப் பார்க்கிறன்" என்றார் பிரதீபனின் அம்மா.

“கலியாணச் செலவையெல்லாம் இரண்டு பகுதியும் ஆளுக்கு அரைவாசியாப் பிரிச்சுக்கொள்ளுவம். எங்களுக்கு மகன் ஒரே பிள்ளையென்றதால பெரிய மண்டபமாக எடுத்துச் செய்யவேணும். கலியாணத்தைக் கோயில்ல சிம்பிளாக முடிச்சிட்டு, வரவேற்பை மண்டபத்தில வைச்சிருவம். பிள்ளையளும் அதைத்தான் விரும்புவீனம்” என்றார் பீரதீபனின் தந்தை.

“எங்கட பக்கத்தில இனசனம் அவ்வளவாக இல்லை. நான் கொண்டாட்டங்களுக்கு போறதும் குறைவு. என்னுடைய சகோதரர்களும், ஒரு பதினைஞ்சு, இருபது குடும்பங்களும்தான் எங்கட பக்கத்தில வருவீனம்” என்றாள் கௌரி. மகளின் திருமணம் திடீரென்று முடிவானதும் சந்தோசமும், ஒருவிதப் பதட்டமுமாக இருந்தது.

அவர்களே எல்லாவற்றையும் பொறுப்பாய்ப் பேசுவதும், பங்குகொள்வதும் கௌரிக்குச் சந்தோசமாக இருந்தது.

‘தீபா சொன்னது உண்மைதான். நல்ல சனங்கள்’

வீட்டிற்குத் திரும்பும்போது அவள் மனம் இலேசாக இருந்தது. எதையெதையோ நினைத்துப் பயந்துகொண்டு வந்தாள். எல்லாம் நல்லபடியாகவே நடந்து முடிந்து, தீபாவின் கலியாணமும் நடக்கப் போகிறது. இந்த விசயத்தை மகளிடம் உடனேயே சொல்லவேண்டும் என்று பரபரத்த உள்ளத்தைக் கட்டுப்படுத்திக்கொண்டு அவர்கள் வரவுக்காகக் காத்திருந்தாள்.

மறுநாளே பிரதீப்பின் தாயார் தொலைபேசியில் தொடர்பு கொண்டார்.

‘வார ஆவணிக்கே கலியாணத்தை வைக்கலாம். ஐயர் ரெண்டு திகதி குறிச்சுத் தந்திருக்கிறார். தீபாவோட கதைச்ச பிறகு எந்த நாள் வைக்கலாம் என்று முடிவு சொல்லுங்கோ”

கௌரிக்குச் சந்தோசம் தாங்கமுடியவில்லை. இவ்வளவு விரைவிலேயே மகளுக்குத் திருமணம் நடக்கப் போவதை அவள் நினைத்தும் பார்க்கவில்லை. மாதங்களை எண்ணிப்பார்த்தாள். பாதிப்பாரம் அப்போதே குறைந்துவிட்டது போல உணர்ந்தாள்.

அவள் விரைவாகச் செயல்பட வேண்டியிருந்தது. உடல் முழுவதும் மின்சாரம் பாய்ந்தது போன்ற உற்சாகம் தொற்றிக்கொண்டது. மற்ற தமிழ்க் குடும்பங்களைப் போல அவள் தன் பிள்ளைகளுக்கு அவர்கள் பெரிய பிள்ளைகளானபோது செய்யும் கொண்டாட்டத்தைக்கூட செய்யவில்லை. சாதாரண சடங்கோடு நிறுத்தியிருந்தாள். அவள் வீட்டில் நடக்கப் போகும்..... அவள் நடத்தப் போகும் முதலாவது விசேசம் இதுதான்.

'இப்பவே சொன்னால்தான் வேலையில் லீவெடுக்கலாம்.....'

'யார்யாருக்குச் சொல்ல வேணும் என்டு லிஸ்ட் போட வேணும்...'

'தீபாவுக்கும், துளசிக்கும் கொஞ்சம் நல்ல உடுப்புகள் எடுக்க வேணும்...'

செய்ய வேண்டிய காரியங்களைப் பட்டியல் போட்டபோது தலைக்குமேல் பெருஞ்சுமை ஏறிவிட்டது போல் தோன்றினாலும், அது சுகமான சுமையாகவே இருந்தது. சந்தோசமாய் தலை நிமிர்ந்தபோது சுவரில் மாட்டியிருந்த புகைப்படத்திலிருந்து தீபாவின் அப்பா தன்னைப் பார்த்து முறுவலிப்பதுபோல ஒருகணம் அவள் உணர்ந்தாள். அவள் உடல் பரபரத்தது.

"அம்மா...." என்று அழைத்தபடி தீபா உள்ளே வரும்போதுதான் அவள் சுயஉணர்வுக்கே வந்தாள். கூடவே பிரதீப். இருவரையும் அன்புடனும், ஆவலுடனும் நோக்கினாள் கௌரி.

வீட்டிலே பெரிய பூகம்பம் வெடிக்கப் போகிறது என்ற பயத்தில்தான் தீபா பிரதீபனைத் துணைக்கு அழைத்து வந்திருந்தாள். தாயின் முகத்தில் காணப்பட்ட சந்தோசத்தின் ரேகைகள் அவளுக்கு நம்பமுடியாமல் இருந்தது. தீபா மெல்ல உள்ளே நழுவ, தயங்கியபடி நின்ற பிரதீபை அமரச்சொன்னாள் கௌரி.

சற்றும் எதிர்பாராமல் திடீரென்று திருமணத்தைப் பற்றி கௌரி பேசவும் பிரதீப் சங்கடத்துடன் நெளிந்தான். மௌனமாக கௌரி சொல்வதையெல்லாம் கேட்டுத் தலையாட்டினான்.

"ரெண்டு பேரின்ர படிப்பும் முடிஞ்சிட்டுது. நீங்கள் நினைச்ச மாதிரியே ரெண்டு பேருக்கும் வேலையும் கிடைச்சிட்டுது. இனி

இப்படிச் சுத்தித் திரிஞ்சுகொண்டு இருக்கக் கூடாது. நேரகாலத்தோட உங்கட கலியாணத்த முடிக்க வேணும்'' என்ற கௌரி தங்களது திட்டத்தையும் சொல்லிமுடித்தாள். தீபா அதிர்ச்சியும், ஆச்சரியமுமாய் தாய் சொல்வதையெல்லாம் கதவருகில் நின்று கேட்டுக் கொண்டிருந்தாள்.

''அன்ரி, எங்கட கலியாணத்தைப் பற்றி நாங்கள் 'ஆல்ரெடி' கதைச்சிருக்கிறம். நீங்க தீபாவோட இதைப்பற்றி கதையுங்கோ'' என்ற பிரதீப் அவசரமாக வெளியேறினான்.

பிரதீபனின் கார் புறப்பட்டுச் செல்லும்வரை காத்திருந்த தீபா தாயின் முன் வந்து நின்றாள். ''அம்மா உங்களை நாங்கள் கேட்டனாங்களோ எங்களுக்குக் கலியாணம் செய்து வையுங்க என்று. எங்களுக்கு இப்ப கலியாணம் வேண்டாம்'' என்றாள் பிடிவாதமாக.

புன்முறுவல் மாறாமலேயே ''இப்ப இப்பிடித்தான் சொல்லுவாய். கலியாணம் முடிஞ்சாப் பிறகு பார்...'' என்றபடி மகளின் கன்னத்தைச் செல்லமாகக் கிள்ளினாள் கௌரி.

''இல்லையம்மா. நான் சீரியஸா சொல்லுறன். எங்களுக்குக் கலியாணம் வேண்டாம். நானும் பிரதீபனும் இதைப் பற்றி ஏற்கனவே கதைச்சிருக்கிறம். எங்களுக்கு கலியாணம் செய்யுற ஐடியாவே இல்லை''

''என்ன பிள்ளை? அப்ப என்ன கலியாணம் கட்டாமல் குடும்பம் நடத்தப் போறீங்களோ? சீச்சீ..... என்ன அசிங்கமான கதை கதைக்கிறாய்? அதுதான் ரெண்டுபேருமாச் சேர்ந்து ஒன்றா வெளிக்கிட்டுத் திரியிரியளோ....''

''ஓம் நாங்க இப்போதைக்கு கலியாணம் செய்ய மாட்டம். உங்களுக்கு நாங்கள் ஒன்றா இருக்கிறது பிடிக்க இல்லையென்றால் நாங்கள் ஒரு அபார்ட்மெண்ட் எடுத்துக்கொண்டு போய் இருக்கிறம்.''

தலையில் இடிவிழுந்ததுபோல அதிர்ந்துபோனாள் கௌரி.

''லைப்ல செட்டில்' ஆகிறதுக்கு முதல் நாங்க ரெண்டு பேரும் ஒருத்தரை ஒருத்தர் நல்லா புரிஞ்சுகொள்ள வேணும். 'லைப்லோங்'

நான் அவரோட வாழுறதுக்கு அவர் சரியான ஆளா என்று நான் டிசைட் பண்ண வேணும். வாழ்க்கையை நல்லா 'என்ஜாய்' பண்ண வேணும். அதுக்குப் பிறகு...... வேணுமென்டால் கலியாணம்....." தங்கள் திட்டத்தை விளக்கினாள் தீபா.

"இவ்வளவு காலமா போய் பிரண்ட், போய் பிரண்ட் என்று சுத்தித் திரிஞ்சாய். இன்னும் அவரை நீ புரிஞ்சுகொள்ள இல்லையா....? ஒன்றா இருந்து குடும்பம் நடத்திப் பார்த்துத்தான் தெரிஞ்சு கொள்ளுவியோ....?"

"அப்ப பிரதீபன் உனக்கு ஒத்துவராட்டில் இன்னொருத்தனைப் பார்ப்பியா?" நெஞ்சு கொதிக்க மகளைப் பார்த்துக் கேட்டாள் கௌரி. இனம் புரியாத பயத்திலும், அதிர்ச்சியிலும் அவள் உடல் லேசாக நடுங்கியது. மகள் சொன்ன செய்தி அவளுக்குப் புதிதாக இருந்தது.

"ஐயோ நான் வளர்த்த பிள்ளையா இப்பிடி?" தலையில் கையை வைத்துக்கொண்டு சோபாவில் போய் விழுந்தாள் கௌரி.

"அம்மா நான் அப்பிடிச் சொன்னனானோ? எங்களுக்கு இப்ப கலியாணம் செய்யுற ஐடியா இல்லை. இன்னும் ரெண்டொரு மாதத்தில நாங்கள் ஒரு அபார்ட்மென்டுக்கு போகப்போறம். அங்கதான் எங்கட 'லைப்ப ஸ்டார்ட்' பண்ணப் போறம்" என்றாள் தீபா.

"சீச்சீ வாய மூடு. என்ன கேவலமான கதை கதைக்கிறாய். என்ன ஆட்டக்காரத்தனம் இது? உந்த விளையாட்டெல்லாம் இந்த வீட்டில நடக்காது. ஒழுங்கு மரியாதையா நடக்கவேணும். எங்கட பண்பாடு, கலாச்சாரம் எல்லாத்தையும் மறந்திட்டியா? உனக்குப் பிறகு நான் துளசிய ஒருத்தனுக்குக் கட்டிக்குடுக்க வேணும்" என்ற கௌரி முகத்தில் அறைந்தபடி அழத் தொடங்கினாள்.

"அம்மா திஸ் ஈஸ் மை லைப். நான் தான் 'டிசைட்' பண்ண வேணும். நான் மற்றவைக்காக பார்க்க ஏலாது...." என்ற தீபாவின் கன்னத்தை கௌரியின் கைகள் பதம் பார்த்தன.

"மரியாதையாக நான் சொல்லுறதைக் கேட்டு நட.." என்ற தாயை ஒருபுறமாக விலக்கிக் கொண்டு தன் அறைக்குள் சென்று கதவைத் தாளிட்டாள் தீபா.

மகளின் பேச்சிலும் செயலிலும் அதிர்ந்துபோய் உட்கார்ந்திருந்தாள் கௌரி. எல்லாவற்றையும் பார்த்துக்கொண்டு அமைதியாக இருந்த துளசி, தாயை அணைத்து ஆறுதற்படுத்தினாள். மகளிடம் சண்டை போட்ட களைப்பிலும், அதிர்ச்சியிலும் கண்களை மூடிச் சோபாவில் சாய்ந்து உயிரற்ற பிணமாகக் கிடந்தாள் கௌரி. புயலுக்குப் பின்னான அமைதியைப் போல வீட்டின் உள்ளே பேரமைதி நிலவியது.

வெளியே கிரீச் என்ற சத்தத்துடன் கார் ஒன்று வந்து நிற்கும் சத்தம் கேட்டது. தொடர்ந்து காதை அடைக்கும் ஆபிரிக்க நாட்டு இசை. கௌரி மெல்ல நடந்து பல்கனியைத் திறந்து வெளியே எட்டிப் பார்த்தாள். பிரதீபனுடைய கார் என்பதை அடையாளம் கண்டுகொள்ள அவளுக்கு அதிக நேரம் பிடிக்கவில்லை.

“யேஸ் பிரதீப்.... ஓகே...” என்றபடி தன் கைத்தொலைபேசியை அணைத்தாள் தீபா. அரவம் கேட்டுத் திரும்பியபோது, தீபா தன் தோள்களில் ஒரு டிரவலிங்க் பையை மாட்டிக்கொண்டு கதவைத் திறந்துகொண்டு வெளியே போவது தெரிந்தது.

பல்கனிக்கு வெளியே பிரதீபன் கார் டிக்கியைத் திறந்து தீபாவின் கைகளில் இருந்த பையை வாங்கி உள்ளே திணித்துக்கொண்டான். முன்கதவு வழியாக தீபா காரில் ஏறி அமர்ந்துகொண்டாள். பிரதீபன் மறுபுறம் ஏறிக்கொள்ள கார் காற்றைக் கிழித்துக்கொண்டு பறந்தது.

பல்கனியில் நின்றுகொண்டு எல்லாவற்றையும் பார்த்துக் கொண்டு மௌனமாக நின்றாள் கௌரி. மகளின் பேச்சையோ, நடந்த சம்பவத்தையோ அவள் மனம் முழுமையாக ஏற்றுக் கொள்ளவில்லை.

நேரம் இரவு பன்னிரண்டு மணியை நெருங்கிக்கொண்டிருந்தது. அபார்ட்மெண்ட் பல்கனியில் நின்றுகொண்டு ரோட்டை வெறித்துப் பார்த்துக்கொண்டிருந்தாள் கௌரி. கண்ணுக்கு எட்டிய தூரம்வரை மனித நடமாட்டமே இல்லாமல் இரவு நீண்டுகிடந்தது.

தினக்குரல், 13 யூன் 2010

ஈழநாடு (கனடா), 12 நவம்பர் 2010

கூடுகள் சிதைந்தபோது

கோடை வெயில் அனலாய்க் கொதித்துக்கொண்டிருந்தது. அவ்வப்போது விசிறி விட்டுப்போன காற்றில் மட்டும் லேசாய் ஈரப்பதன். வீட்டுக்குள் இருக்க அலுப்பாய் இருக்க இந்தப் பூங்காவில் வந்து அமர்ந்துகொண்டேன். எவ்வளவு நேரம்தான் அந்த நான்கு சுவர்களையும் பார்த்துக்கொண்டிருப்பது.....? கண்தொடும் துாரத்தில் பள்ளிச் சிறுவர்கள் ஊஞ்சலாடிக்கொண்டு இருக்கிறார்கள். சற்று துாரத்தில் இரண்டு இளவட்டங்கள் நெருக்கமாய் அமர்ந்து, கைகளைப் பிணைத்தபடி உலகையே மறந்து இருக்கின்றனர். அந்த மரத்திற்குக்கீழ் அமர்ந்திருக்கும் சீனநாட்டுச் சோடி ஒவ்வொருநாளும் இதே நேரத்திற்கு இங்கே வந்து அமர்ந்து விடுகிறார்கள். அந்த வயது முதிர்ந்த ஆப்கான் கிழவனும், மொட்டாக்கணிந்த அவன் மனைவியும் நடைப்பயிற்சியில் ஈடுபட்டிருக்கின்றனர். என்ன சந்தோசமான வாழ்க்கை! திருப்தி எல்லா முகங்களிலும் பிரதிபலிக்கின்றன. எல்லோரும் சந்தோசமாய்.... நிம்மதியாய்..... மகிழ்ச்சியாய்.....

நான் மட்டும்.......?

நான் மட்டும் ஏன் இப்படி...?

உள்ளும் புறமும் ஏதோ அனல் என்னைச் சுட்டெரிப்பதாய் நெளிகிறேன்.

தனிமை...!

வெறுமை.....!

நெஞ்சிலே கனம்...!

தேசந்தாண்டி வந்தாலும் இன்னும் அந்த அச்ச உணர்வுகள் என்னைவிட்டு விலகவில்லை. கனவிலும் நனவிலும் கரிய பிசாசுகள் என்னைத் துரத்துவதாய் ஏதோ பிரமை. 'ஓடு... ஓடு...' என்று ஏதோ ஒரு குரல் என்னை உந்தித் தள்ளுகிறது. மண்டைக்குள் வண்டு குடையுமாப்போல், ஏதோ வாகனம் ஓடுமாப்போல் சதா அதிர்வுகள்.....

கடந்துபோன பலரும் தன்னந்தனியாய் உட்கார்ந்திருந்த என்னை ஒருவிதமாய்ப் பார்த்துவிட்டு நகர்ந்தனர். என் நெஞ்சுக்குள் வெடித்துச் சிதறும் ரணங்களின் வலிகள் அவர்களுக்கு எங்கே புரியப்போகிறது. சரியாக வாரப்படாத முடி..... சவரம் செய்யப்படாத முகம்.... கசங்கிப்போன உடை..... கையில் சிகரெட்டு..... நானா இது....? எனக்கே நம்பமுடியவில்லை!

அதுசரி. காலையில சாப்பிட்டனானோ.......?

வெளிக்கிடேக்கை கதவைச் சரியாகப் பூட்டினனானோ.......?

அது இருக்கட்டும்.

ம்..... என்ர வீடு எங்க இருக்குது?

'சீ..... நான் இங்க வந்திருக்கக் கூடாது.'

'நான் இங்க வந்திருக்கக் கூடாது'

என்னுள் வெறுப்பு மண்டுகிறது. புகைந்து கொண்டிருந்த சிகரெட்டை எறியத்தான் பார்த்தேன். அந்தச் சிறுமி மட்டும் என் குறுக்கே ஓடிவராமல் இருந்தால். பத்திரமாக சிகரெட்டுத் துண்டைக் கொண்டுபோய் அணைத்துவிட்டு மரநிழலில் வைக்கப்பட்டிருந்த குப்பைத் தொட்டியில் போட்டுவிட்டு நடக்கிறேன்.

எங்கே போகிறேன்.....?

என் கால்கள் நடக்கச் சொல்கின்றன.

நான் நடக்கிறேன்.

எவ்வளவு தூரம்......? எத்தனை மைல்.....?

நடக்க நான் தயார். இப்படி நடந்தே ஊர்கள் கடந்துவந்த அகதித் தமிழன் நான்.

சந்தடியற்று நீண்டுகிடக்கிறது அந்த வீதி. ஒன்றிரண்டு கார்கள் ஓசை படாமல் ஊர்ந்து செல்கின்றன. குடிமனைகள் தெருவின் இருமருங்கும் நெருக்கமாக அமைந்திருக்கின்றன. எல்லா வீடுகளும் ஒரே மாதிரியாக அமைக்கப்பட்டிருக்கின்றன. எதிலும் என் மனம் ஒட்ட மறுக்கிறது. தெருவின் ஓரமாய் பாதசாரிகள் நடப்பதற்காகப் போடப்பட்டிருந்த சீமெந்துத் தரையில் என் வெறும் கால்கள் தம்போக்கில் நடக்கின்றன.

‘ஓ செருப்பு அணியக்கூட மறந்து போனேனோ..!

எனக்குள் நானே சிரித்துக்கொள்கிறேன்.

என் மேலாடையின் வியர்வை நாற்றம் எனக்கே அருவருப்பாக இருக்கிறது.

‘இன்றைக்காவது போய்க் குளிக்கவேணும்’

ரோட்டைக் கடந்து மறுபக்கம் செல்ல நினைக்கிறேன். ஏதே சிறு சத்தம் என்னை தலைநிமிர வைக்கிறது.

அந்தக் கார் திடீர் என்று ‘பிரேக்’ போட்டு நிற்கிறது. பிறகு கொஞ்சம் பின்னுக்கு எடுத்து, கொஞ்சம் விலத்தி, பிறகு வேகமாக முன் நகர்கிறது. நடுவீதியில் ஏதோவொன்று வேகமாக அசைவதாய்த் தெரிகிறது. என் கண்கள் அந்த இடத்தில் நிலைக்குத்தி நிற்கின்றன. படபடவென்று இறக்கையை அடிக்கிறது ஒரு சிறு குருவி.

வெறிச்சோடிக்கிடக்கும் தெருவின் நடுவுக்கு என்னையும் அறியாமல் வந்துவிடுகிறேன்.

முதுகில் கருமையும், வயிற்றுப்புறம் இளமஞ்சளுமாய் அந்தக் குருவி துடிதுடிக்கிறது. இன்னொரு குருவி, அதன் ஜோடியாக இருக்க வேண்டும், இந்தக் குருவியைத் தவிப்புடன் சுற்றிச் சுற்றி நடக்கிறது. விழுந்து கிடக்கும் குருவியோ தன் சிறிய செட்டைகளைப்

படபடவென்று அடிக்கிறது. தலையை இரண்டொரு முறை தூக்கிப் பார்த்துவிட்டு அப்படியே தொப்பென்று சரிய இறந்துபோகிறது. அதன் உடல் நசிந்துபோய், மேல் இறகு பிய்ந்துபோய்க் கிடக்கிறது. லேசாக இரத்தம் கசிகிறது.

குருவியை அடித்துவிட்டுக் கார் தன் போக்கில் போய்விட்டது. "கண் மண் தெரியாமல் ஓட்டுறான். விசரன்..... இவன் எங்க போய் பிரளப்போறானோ....." என் உதடுகள் முணுமுணுக்கின்றன.

ஜோடிக் குருவியால் தன் இணையின் பிரிவைத் தாங்க முடியவில்லை. தன் இறகுகளை விரித்து விரித்துக் காட்டி அதைத் தன்னுடன் பறந்து வருமாறு அழைக்கிறது. இழப்பை உணர்ந்து வேதனையுடன் இரண்டடி தூரம் பறப்பதும் திருப்ப வந்து இறந்து கிடக்கும் தன் ஜோடியை அலகாற் தொட்டுப் பார்த்துச் சத்தம் போடுவதுமாக அந்தரிக்கிறது. அங்குமிங்கும் பார்த்து தலையை ஆட்டியபடி நடக்கிறது.

தூரத்தில் இன்னுமொரு கார் வருகிறது. அது வருகின்ற வேகத்தில், அதன் சக்கரங்களுக்குள் அகப்பட்டு இறந்து கிடக்கும் சிறுகுருவியின் உடல் மேலும் சிதைந்து சின்னாபின்னமாகப் போகிறதே....! என் நெஞ்சு பதறுகிறது. என்னைப் போலவே அந்தக் குருவியும் பரிதவிக்கிறது. அச்சிறுகுருவியால் ஒன்றும் செய்ய இயலவில்லை. தன் ஜோடியை விட்டுப் போக மனமில்லாமல் அருகில் இருந்த மரத்தில் அமர்வதுவும், பின் தன் ஜோடியின் அருகில் போய் அமர்ந்து கொள்வதுவுமாக அதன் நிலை இருக்கிறது.

நான் அவசரமானேன். தெருவோரமாய் கிடந்த கடதாசி அட்டையை எடுத்துக்கொண்டு இறந்துகிடந்த குருவியை நெருங்கினேன். என் இதயம் வெடித்துவிடும் போல இருந்தது. இரத்தமும் சதையுமாய் ஏதேதோ நினைவுகள் என் மனதைச் சூழ்ந்துகொள்கின்றன. மரக்கிளையில் அமர்ந்தபடி அந்தக்குருவி என் செயலைக் கண்டதும் பயத்துடன் ஆரவாரிக்கிறது. ஒரு பூவைப் போல அந்தக் குருவியை மெதுவாகத் தூக்கியெடுத்து அட்டைப் பெட்டியில் கிடத்தினேன். என் விழிகள் நீரைச் சொரிந்து

கன்னங்களில் வழிந்தோடுகிறது. இரு கைகளிலும் தூக்கி, முகத்திற்கு அருகே கொண்டு வந்து அந்தக் குருவியைப் பார்க்கிறேன்.

'இப்பிடித்தான் என்ர சசியும்.......'

என் ஆன்மாவுக்குள் அடக்க முடியாத வேதனை. குலுங்கிக் குலுங்கி அழுகிறேன்.

இழப்பின் வலி அறிந்தவன் நான்.

குருவியின் இழப்பில் என் இழப்பின் வேதனை!! எவ்வளவு நேரம் அப்படியே நடுத்தெருவில் அமர்ந்திருந்து அழுதேனோ தெரியவில்லை.

என்னை விலத்திக் கொண்டு அந்தக் கார் மெதுவாக முன்னகர்கிறது. அதில் அமர்ந்திருந்த வெள்ளையின வயோதிபர் மென்முறுவலுடன், சிறு வியப்புமாய் என்னை அங்கீகரித்துத் தலையசைத்துவிட்டுப் போவது தெரிந்தது.

ஒரு குழந்தையைப் போல பத்திரமாக அந்தக் குருவியை எடுத்து தெருவோரமாய் நின்றிருந்த மரத்தடியில் வைத்துவிட்டு அப்பால் நடக்கிறேன். அதன் இணை என்னை நன்றிப் பெருக்கோடு பார்க்கிறது.

நடந்து நடந்து என் கால்கள் வலிக்கின்றன. அதைவிட என் மனம் வலிக்கிறதே.

அது இறக்க முடியாத சுமை. என் உயிரை அணுவணுவாய்க் கொல்லும் வேதனை. கனவிலும், நினைவிலும் சதா அந்த நிழல் விம்பங்கள். என் நினைவுகளைச் சுமந்தவள், என் கனவுகளின் உருவாக கருவான என் குழந்தை, இருவரையும் இழந்த நடைபிணம் நான்.

'நான் இங்க வந்திருக்கவே கூடாது....'

'நான் விசரன்..... நான் பைத்தியக்காரன்......' ஓலமிடும் என் மனதைக் கட்டுப்படுத்த முடியாமல் வேகவேகமாக நடக்கிறேன்.

“ஐயோ அம்மா எனக்கு பயமாயிருக்குதம்மா. என்னைக் கட்டிப்பிடியுங்கோ அம்மா” மூத்தக்காவின் நான்கு வயது மகன் கயன் அனுங்குவது இப்போதும் என் காதுகளில் கேட்கிறது. நாலாபுறமும் குண்டுச் சத்தங்கள் கேட்டுக்கொண்டிருந்தன. அக்கா மகனை அள்ளியெடுத்து அணைத்துக்கொள்கிறா. கயன் அவள் மார்போடு ஒட்டிக்கொள்கிறான். அவன் உடல் பயத்தில் நடுங்குகிறது. கண்கள் குழிவிழுந்து, எலும்பும் தோலுமாய் கயன்....

“தம்பி இனி இங்க இருக்கேலாது போல இருக்குது. சனமெல்லாம் வெளிக்கிடுதுகள். நாங்களும் அங்கால் போவம். எல்லாத்தையும் இழந்திட்டம். இனி இதுகளையும் இழக்க ஏலாது. பார் பொடியன் பயத்தில நடுங்கிற நடுக்கத்தை” என்கிறா மூத்தக்கா.

இரணைமடுவில இருந்து வெளிக்கிட்டு இது மூன்றாவது இடம். சனத்தோட சனமா அள்ளுப்பட்டுப் போய்க்கொண்டிருக்கிறம். எங்கட இடப்பெயர்வுக்கு ஒரு முடிவு இல்ல. எனக்கு சசியை நினைச்சால் தான் பயமும், கவலையும். சசிக்கு இப்ப ஏழு மாதம். வயிறு நல்லா வெளியில தெரியுது. அவளைப் பார்க்க எனக்கு நெஞ்சு பகீர் எண்டு இருக்கும். அவள் சுகம் பெலமாகப் பிள்ளையப் பெத்தெடுக்க வேணும் என்றதுதான் என்ர பிரார்த்தனையாக இருந்தது.

‘அவளால வரிசையில நிக்க ஏலுமா?’

நான்தான் பாணோ, பருப்போ வரிசையில நிண்டு என்னென்டாலும் அவளுக்கு வாங்கிக்குடுக்கிறது.

‘எத்தினைநாள் நான் சாப்பிட்டிட்டன் எண்டு பொய் சொல்லி அவளச் சாப்பிடப் பண்ணியிருப்பன்’

கலியாணங்கட்டி ரெண்டு வருஷத்துக்குப் பிறகுதான் சசிக்கு வயித்தில குழந்தை தங்கினது. அந்த செய்தி கேட்ட சந்தோசம் நீடிக்காமல் இந்த நாட்டுப் பிரச்சினையும் தொடங்கிற்றுது. அந்த நாள் தொடக்கம் ஆன சாப்பாடுகூட இல்லை. பயம்... பசி.... பட்டினியோட.... பிள்ளை எப்பிடி பிறக்கப் போகுதோ எண்டு சில நேரங்களில யோசிக்க பயமாகத்தான் இருந்துது.

ஒவ்வொருக்காலும் அவளப் பத்திரமா பங்கருக்குள்ள இறக்கி, ஏத்தி.....

எப்பிடி இருக்க வேண்டியவள். நாரி நோ, முதுகு நோ எண்டுகொண்டு அந்த வெறும் தரையிலயும், மண்புழுதீக்கையும் படுத்தெழும்பேக்க எனக்கு செத்திரலாம் போல இருக்கும். அவளும்தான் எலும்பும் தோலுமாய்.... ஆன சாப்பாடுகூட இல்லாமல்.....

எத்தினை இரவுகளை அவள் பங்கருக்குள்ளயே கழிச்சிருக்கிறாள். குண்டுக்குப் பயப்படுகிறதவிட அவளுக்குப் பாம்பு, பூச்சியளுக்குத்தான் கூடப் பயம்.

ஆனால் கடைசியில.....

அடுத்தநாள் ஆமிக்காரங்கள் நாங்க இருந்த முள்ளிவாய்க்கால் பகுதியைச் சுத்திவளைச்சுட்டாங்கள். அக்கா வெளிக்கிடுவம் எண்டு சொல்லியும் யோசிச்சுக்கொண்டிருந்தது எவ்வளவு பிழையெண்டு அப்பதான் தெரிஞ்சுது. பீரங்கி, பல்குழல்.... பத்தாததுக்கு பிளேனுகளும் விட்டுவைக்க இல்லை. இந்தத் தாக்குதல் கடைசித் தாக்குதலாம் என்று எல்லாரும் கதைக்கினம். சனம் காடு கரம்பையளுக்குள்ளாலயும், கடல் பக்கத்தாலயும் வெளியேறப் போறதாய்க் கதைச்சவை. சனத்தோட சனமா நாங்களும் வெளிக்கிட்டம்.

சசிக்கு நடக்க ஏலாமல் இருந்துது. எனக்கு சில நேரம் கோபம்கூட வந்தது. இந்தப் பயங்கரத்தைத் தாண்டினால் காணும் எண்டு இருந்துது எனக்கு.

“கெதியா நடவப்பா. இன்னும் கொஞ்சத் தூரம்தான்” எண்டு அவளை அவசரப்படுத்தினேன். குண்டுகள் நாங்க வந்த பாதைகளில் எல்லாம் விழுந்து வெடிச்சுது. செத்தவெ சாக மிச்சமான ஆக்கள் நடந்துகொண்டிருந்தம்.

“ஐயோ... என்ர பிள்ளை. என்ர பிள்ளை...” திடீரென்று பின்னால வந்துகொண்டிருந்த அக்கா கத்திக் குழறினா. அக்காவின்ர கையில இருந்து ரெத்தம் வடிஞ்சுது. அவா கயனைத் தூக்கிக்கொண்டு

வந்தவா. கயனுக்கு மண்டையில காயம்பட்டிருந்துது. நான் சசியின்ர கையில இருந்த உர 'பாக்' கில இருந்து ஒரு சீலையக் கிழிச்சு கயனுக்கு கட்டுப்போட்டன்.

'சசி நீ இதுகளைப் பார்க்கக்கூடாது. அங்கால போ' மெல்லிய குரலில நான்தான் சொன்னன். அவள் விறைத்துப்போய் பார்த்துக்கொண்டு நின்றாள். தலை இல்லாத முண்டங்கள், கை கால் இழந்த உடல்கள் என்று எத்தினையக் கடந்து அவள் வந்துட்டாள். இதென்ன பெரிசா...!!!

கட்டியிருந்த துணியையும் மீறிக்கொண்டு கயனுடைய தலையில இருந்து இரத்தம் வந்துகொண்டிருக்குது. கயன் அப்பவும் மயக்கமாகத்தான் கிடக்கிறான். பேச்சு மூச்சில்லை. அக்கா மயங்கி விழுந்திட்டா. கொஞ்ச நேரத்தால தானே கண்ணை முழிச்சிட்டா.

'வவுனியாவுக்குள்ள போயிட்டால் பிள்ளைக்கு ஏதாவது மருந்துபோடலாம்'' யாரோ சொல்ல அத்தான் கயனைத் தூக்கிக்கொண்டு வேகவேகமாக நடந்தார். அக்காவும் அவருக்குப் பின்னால ஓடினா.

துப்பாக்கிச் சூட்டுச் சத்தங்கள் கிட்டவாகக் கேட்குது. ரெண்டுபக்கமும் சரியான சண்டை நடக்கிறமாதிரி சத்தம் கேக்குது. சனத்தோட சனமா நாங்களும் நடந்தம். சசியும் மூச்சிரைக்க நடந்து வந்தாள். நடக்க ஏலாமல் கஷ்டப்பட்ட சசியைப் பத்திரமா பிடிச்சுக்கொண்டு நடந்ததில நான் அக்காவையளையும் தவறவிட்டுட்டன்.

கண் எட்டுற தூரத்தில மண் மூடை அடுக்கியிருக்கிறது தெரிஞ்சுது. அது கடந்தால் அங்கால ஆமியின்ர 'காம்ப்'தான் என்டு யாரோ சொன்னது கேட்டுது. சசியின்ர முகத்திலும் கொஞ்சம் தெம்பு வந்தமாதிரித் தெரிந்தது. நேரமும் இருட்டிக்கொண்டு வந்துது. என்ன பாம்பு, பூச்சி எங்க கிடக்குதோ தெரியாது. நான் புதர்களை விலக்கிக்கொண்டு சசிக்கு முன்னால நடக்கிறன். அப்பத்தான் அந்த இடிமாதிரிப் பெரிய சத்தம்...

நான் ஒரு புதருக்குள்ள விழுந்துகிடந்தன். எனக்குக் கையில காயம் பட்டு ரெத்தம் ஓடிக்கொண்டிருந்துது. கண்ணைத் திறக்க முடியாமல் கண்ணுக்குள் மண்ணும், தூசியுமாய்.... புழுதி மண்டலம் அடங்க சில நிமிசங்கள் எடுத்துது. அழுகுரல்களும், ஓலமும் தான்.....

"சசி....."

"என்ர சசி...." நெஞ்சு பதைபதைக்க சசியைத் தேடினேன்.

சசி ஒரு தென்னைமரத்தோடு குப்புறக்கிடந்தாள். அவள் கிடந்த தோரணை.....?

"ஐயோ சசி....!"

"ஓம் என்ர சசி செத்துப்போயிட்டாள்..."

"என்ர சசி என்னை விட்டுட்டுப் போயிட்டாள்..."

"சசியோட சேர்ந்து வயித்தில இருந்த பிள்ளையும்........"

சன்னங்கள் அவளின்ர கழுத்து, நெஞ்சு, வயிறு என்று எல்லா இடங்களிலையும் துளைச்சிருந்துது. அவளின்ர ஒரு கால்ல முழங்கால் மட்டும்தான் இருந்துது. ஒரே இரத்தவெள்ளம்.

'ஐயோ சசி... என்ர சசி....'

'நான் என்ர சசிக்காக அழவா? இல்ல வயித்திலயே அழிஞ்சுபோச்சுதே அந்த என்ர குழந்தைக்காக அழவா.....?' முகத்திலயும், தலையிலயும் அடிச்சுக்கொண்டு அழுகிறன்.

'டொக்டர் ஆம்பிளைப் பிள்ளை என்டு சொன்னவர்...'

'நான் கண்ட கனவெல்லாம் அழிஞ்சுபோச்சுது. எனக்கினி ஆரு....'

ஆறுதல்படுத்த யாருமில்லாமல் பைத்தியக்காரனைப் போல கொஞ்சநேரம் அவளை என்ர மடியில போட்டுக்கொண்டு இருந்தன். என்ர காயத்தின்ர வலியோ, அதில இருந்து ரெத்தம் வடிகிறதோ எனக்கு தெரியேல்ல.

'எவளின்ர மடியில என்ர உயிர் போகவேணும் என்டு நினைச்சனோ, இன்றைக்கு அவள் பிணமா என்ர மடியில....'

துப்பாக்கிச் சூட்டுச் சத்தங்கள் இப்ப இன்னும் கிட்டடத்தில கேட்குது.

ஆட்கள் ஏதோ சொல்லிக்கொண்டு போகினம். என்ர காதில எதுவுமே விழேல்ல. குண்டுகள் விழுந்து வெடிச்சுப் புழுதி கிளம்புது. சன்னச் சிதறல்கள் நெருப்புப் பொறிகளாத் தெறிக்குது. துப்பாக்கிச் சூட்டுச் சத்தம் கிட்டவாய்க் கேட்குது. நாய், நரியளின்ர ஊளைச் சத்தங்களும் தூரத்தில கேட்குது.

''தம்பி அழுதுகொண்டிருக்க இப்ப நேரமில்ல. எழும்புங்க தம்பி'' யாரோ ஒரு வயதானவர் என்னை நெருங்கி என்ர நிலமையைப் பார்க்கிறார். என்ர கைக்காயத்தைப் பார்த்து தன்ர இத்துப்போன சாரத்தின்ர ஒரு மூலையைக் கிழிச்சுக் கட்டுப்போடுறார்.

'என்ர ஆருயிர் மனைவி.... அவளை இப்பிடியே போட்டுவிட்டு எப்பிடி வரஏலும். ஏழுமாதக் குழந்தை அவள் வயிற்றுக்குள்ளேயே கருகிப்போச்சுது. இவையள் இல்லாமல் நான் மட்டும் இருந்து என்ன செய்யப்போறன்....?'

கிழவர் எங்கேயோ இருந்து ஒரு தகரத் துண்டைக் கொண்டு வாறார்.

''தம்பி இதால கிடங்கைக் கிண்டு.....'' என்றபடி அவர் வேகமாக அந்த தகரத் துண்டால மண்ணை கிளறுறார். எனக்குள் ஒரு வேகம்... அவரிட்ட இருந்து அதைப் பிடுங்கி வேகவேகமாக மண்ணைக் கிளறுறேன். காய்ந்து வறண்ட நிலம் அவ்வளவு லேசில் குழியைத் தோண்டமுடியேல்லை. கிழவனும் ஏதோ தடியை முறிச்சு தன்ர பங்குக்கு நிலத்தை குத்தி எனக்கு உதவுறார்.

துவக்குச் சூட்டுச் சத்தம் இப்ப நல்லாக் கிட்டக் கேட்குது. சனம் விழுந்தடிச்சு ஓடுதுகள். ஆமிக்காரங்கள் ஏதோ கத்திக் கதைக்கிற சத்தம் கூடக் கேக்குது. வாகனங்களின்ர உறுமலும் கேட்குது. சனங்கள் என்னையும் கிழவனையும் பார்த்து புறுபுறுத்துக்கொண்டு போகினம்.

''அவையளுக்காக என்ர மனுசியின்ரயும், பிள்ளையின்டயும் உடம்பை நாய், நரி தின்னவும், காக்காய் கொத்தவும் இப்படியே போட்டிட்டு வரேலுமே?''

அதுக்குள்ள எரிகுண்டொன்று எங்களுக்கு அருகில் விழுந்து வெடிக்குது. ஒரு குடும்பம், இரண்டு, மூன்று குழந்தைகள் என்ர கண்ணுக்கு முன்னாலேயே எரிஞ்சு துடிதுடிக்கியினம். அதைப் பார்த்ததும் என்ர உடம்பெல்லாம் பதறத் தொடங்கிற்றுது. மரண பயம் என்னைப் பிடிச்சுட்டுது. அந்தக் கோரச் சாவைப் பார்த்ததும் எனக்கு எல்லாமே மறந்து போனது. எப்படியாவது ஓடித் தப்பவேணும். எனக்கு உடம்பெல்லாம் பதறத் தொடங்குது. கிழவனையும் இழுத்துக்கொண்டு நான் ஓடுறன்.

உடம்பைக் குறுக்கியும், குனிந்தபடியும், ஊர்ந்தும், தவழ்ந்தும் அந்த சென்றிபொயின்ட்டை நெருங்கி விட்டம். சரமாரியாக துப்பாக்கிப் பிரயோகம்..... என்ர கையைப் பிடிச்சிருந்த கிழவனின்ர கைபிடி நழுவிப்போச்சுது. அவர் விழுந்துட்டார். நான் மற்ற சனத்தோட சேர்ந்து கைகளை மேல தூக்கிக்கொண்டு நடக்கிறன். இராணுவம் அப்பிடியே எங்களச் சுத்திவளைச்சுது. ஏதேதோ விசாரணைகளுக்குப் பிறகு எஞ்சியிருந்த எங்களை தங்களின்ர வாகனங்களில ஏத்திக்கொண்டு முகாமுக்கு கொண்டுவந்தவை.

அங்கதான் பெரியக்காவைப் பார்த்தன். தலையில் காயம்பட்டிருந்த கயனும் இறந்து போய் அத்தான்தான் வழியில ஒரு பாழுங்கிணத்துக்குள்ள அவனை தூக்கிப் போட்டுட்டு வந்தவராம். "நரியள் குதறாமல் என்ர மகன் பத்திரமா இருப்பான்...." அத்தான் தலையில் கைவைத்தபடி திரும்பத் திரும்ப சொல்லிக்கொண்டு இருக்கிறார். சசியின்ர செய்தி கேட்டதும் அக்காவால அழக்கூட முடியேல்லை. யாருக்காக அழுகிறது? எதை நினைச்சு அழுகிறது எண்டு தெரியேல்ல.

பிறகு முகாம் வாழ்க்கை, விசாரணைகள் எண்டு தொடர, அக்காதான் முகாமுக்கு வெளியில போய் என்னை வெளிநாட்டுக்கு அனுப்ப வேணும் எண்டு காரியங்களைச் செய்தவா. என்ர அம்மாவும், பெரியண்ணன் குடும்பம், சின்னக்கா குடும்பம், தங்கச்சி எல்லாரும் இங்க கனடாவிலதானே இருக்கினம்.

'ஆரு இருந்தென்ன என்ர சசியும்... பிள்ளையும் எனக்கில்லையே.....'

கூடுகள் சிதைந்தபோது 140

மூத்தக்காதான் என்னை சின்னன்னில இருந்து வளர்த்தவா. என்னில சரியான பாசம்.

"நான் பெத்த பிள்ளையத்தான் இழந்திட்டன். உன்னையும் இழக்க என்னால ஏலாது" எண்டு என்னோட பிடிவாதமா நிண்டு என்னை இங்க அனுப்பிவைச்சது அவாதான்.

என்ர மனம் முழுக்க அந்த முள்ளிவாய்க்கால் காட்டுக்குள்ளதான் சுத்திக்கொண்டு இருக்குது.

'என்ர சசி.... என்ர பிள்ளை...'

'இவ்வளவு காலமும் எனக்குச் சோறு போட்டுத் தாய்க்கு தாயாய் இருந்து என்னைப் பார்த்தவள். அவளின்ர உடம்ப நல்ல விதத்தில அடக்கம் செய்யக் கூட என்னால முடியேல்லையே...'

'பாவி...'

'நான் பாவி.... மகா பாவி. அந்தக் குழந்தைய கையில வைச்சுக் கொஞ்சத்தான் ஏலாமல் போச்சு. கடைசியா நாய் நரியள்தான்...'

'ஐயோ... நினைச்சால் எனக்குப் பைத்தியம்தான் பிடிக்குது'

'நான் ஏன் இங்க வந்தன். நான் சுயநலக்காரன், எனக்கு என்ர உயிர்தான் பெரிசாப்போச்சுது... சீ.... நான் விசரன்...'

'நான் விசரன்...'

என் கால்கள் வலியெடுக்கின்றன. நான் நடக்கிறேன்.

நடந்துகொண்டே இருக்கிறேன்.

(2010 ஆம் ஆண்டு, 'ஞானம்' சஞ்சிகை நடாத்திய, புலோலியூர் க. சதாசிவம் ஞாபகார்த்தச் சிறுகதைப் போட்டியில் முதலாம் பரிசு பெற்ற கதை)

ஞானம், ஏப்ரல் 2011 - உயிரோசை, ஏப்ரல் 2011 - செந்தாமரை, 4 யூன் 2011

ஓர் இதயத்திலே

நண்பன் வீட்டிற்குக் குடிவந்ததில் இருந்து கார்த்திக்கிற்கு மனம் சந்தோசமாக இல்லை. எப்போதுமே முகுந்தனுக்கும், அவனது மனைவிக்கும் ஒரே சண்டை. இரண்டு நாள் சண்டை. அடுத்த நாள் சமாதானம். அதைப் பார்க்கப் பார்க்க கார்த்திக்கிற்கு வெறுப்பாக இருந்தது. 'விசயம் தெரியாமல் வந்திட்டன்போல' என்று மனதிற்குள் நினைத்துக்கொண்டாலும், அவசரத்திற்கு உதவிய நண்பனிடம் ''நான் வேற இடம் பார்த்துப்போறன்'' என்று எப்படிச் சொல்வது என்று சங்கடப்பட்டான்.

கார்த்திக்கும் முகுந்தனும் ஒரே வயதொத்த நண்பர்கள் இல்லை. கார்த்திக்கைவிட முகுந்தன் ஏழெட்டு வயது மூத்தவன். ஒரே இடத்தில் வேலை செய்ததால் ஏற்பட்ட நட்பு. போன மாதம்தான், கார்த்திக் குடியிருந்த வீட்டுக்காரர்கள் வீட்டை விற்றுவிட்டுத் தூர இடத்திற்குக் குடிபெயர்ந்துபோக, கார்த்திக் முகுந்தனின் வீட்டிற்கு வரவேண்டியதாயிற்று.

'எங்க போகலாம்? யார் ரூமோட சாப்பாடும் தருவார்கள்?' என்ற சிந்தனை முளைக்க தனது கவலையை முகுந்தனிடம் வெளிப்படுத்தினான் கார்த்திக்.

''இதுக்கேன் மச்சான் யோசிக்கிறாய்? எங்கட வீட்டில வந்திரு'' என்று சட்டென்று பதிலளித்தான் முகுந்தன். அதன்படி முகுந்தன் வீட்டிற்கு வந்துசேர்ந்தவன்தான் கார்த்திக். முகுந்தனோ, அவன்

மனைவியோ நன்றாகத்தான் அவனைக் கவனித்தார்கள். முகுந்தனின் மனைவி அவனை ஒரு சகோதரனைப் போலவே பார்த்துக்கொண்டாள். ஆனால் அனேகமான வார இறுதிநாட்களில் அவர்களுக்கிடையில் நடக்கும் சண்டைதான் கார்த்திக்கிற்கு பெரும் தலையிடியாக இருந்தது. என்னதான் அவர்களிருவரும் சண்டை போட்டாலும் கார்த்திக்கை ஒரு குறையும் இல்லாமல் நன்றாகவே கவனித்துக்கொண்டார்கள்.

சண்டை நடந்த மறுநாளே இருவரும் அன்னியோன்னியத் தம்பதிகளாக சிரித்துக்கொண்டு இருப்பார்கள். பாசம் பொங்கி வழியும். இவனுக்கு எரிச்சல் எரிச்சலாக வரும்.

அவர்களின் பிரச்சினைக்குள் கார்த்திக் மூக்கை நுளைக்க விரும்பவில்லை. என்றாலும் அவர்களுடைய சண்டைகளும், அதற்குப் பின்னான கொஞ்சல் குலாவல்களும் அவனுக்குள் அருவருப்பாக இருந்தது.

'என்ன குடும்பமடா இது' என்று சில சமயங்களில் தலையில் அடித்துக்கொள்வான்.

'கணவன் மனைவிக்குள் நடக்கும் பிரச்சினைக்குள் நான் ஒரு அன்னியனாக எப்படி?' என்று நினைத்து ஒதுங்கியிருந்த கார்த்திக் சமயம் வந்தபோது அதை நேரடியாக முகுந்தனிடமே கேட்டுவிட்டான்.

''எங்களுக்குள்ள நடக்கிற சண்டையை நீ பெரிசாக எடுக்காத மச்சி'' என்றான் சிரித்தபடியே.

''நான் சொல்லுறன் எண்டு நினைக்காத. என்னால இப்பிடி வாழ முடியாது. மனுசியோட பிரச்சனையென்றால் சண்டைபிடிச்சு பிடிச்சு இருக்கமாட்டன். வேறயொரு பெண்ணைப் பார்த்து கலியாணம் கட்டிக்கொண்டு போய்க்கொண்டிருப்பன்'' என்றான் கார்த்திக் ஆவேசமாக.

கார்த்திக்கின் இந்த ஆவேசமான பேச்சு, முகுந்தனுக்குச் சிரிப்பை வரவழைக்க சிரித்தேவிட்டான்.

"இப்ப உனக்குத் தெரியாது. நீயும் ஒரு கலியாணம் கட்டினால்தான் உனக்குத் தெரியும்" என்று அன்றைய பேச்சுக்கு முற்றுப்புள்ளி வைத்தான் முகுந்தன்.

ஆண்டுகள் சில கழிந்த நிலையில் கார்த்திக்கிற்குத் திருமணம் ஆகியிருந்தது. திருமணம் செய்தபின் கார்த்திக் தனது மனைவியுடன் வேறு ஒரு தொடர்மாடியில் வசிக்கத் தொடங்கினான். வெளிநாட்டு வாழ்க்கை..... சொல்லவே தேவையில்லை. கணவன், மனைவி இருவரும் வேலை வேலையென்று பறந்துகொண்டிருந்தனர். ஒருவரை ஒருவர் பார்க்கவோ, கதைத்துச் சிரிக்கவோ அவர்களுக்கு நேரமில்லை. ஒரு மாதம் வாழ்க்கை இனிமையாகவே கழிந்தது.

நாட்கள் நகர நகர, சந்தோசமாகப் பயணித்த அவர்களின் வாழ்க்கைப் படகை சண்டை என்ற புயற்காற்று தாக்கத்தொடங்கியது. சின்னச் சின்ன விசயங்களில் ஆரம்பித்த சண்டை வளர்ந்துகொண்டே போனது. வேலை... ஓவர்டைம்..... வீட்டுக்காரியங்கள்.... என்று மனைவியின் நேரம் ஓடியது. கடைச்சாப்பாடு..... நண்பர்களோடு அரட்டை..... டி.வி பார்ப்பது என்று மனைவியை ஒதுக்கினான் முகுந்தன்.

பேச்சு வார்த்தைகள் இல்லாமலே பல நாட்கள் விடிந்தன. பேசுவோம் என்று ஆரம்பித்தால் அது சண்டையில் போய் முடிந்தது. அவர்களாக சமரசம் ஆகாவிட்டால் சமரசம் செய்ய அந்த வீட்டில் அவர்களைத் தவிர யாரும் இல்லை. அதுபற்றி நினைக்க அவர்களுக்கு நேரமும் இல்லை. நாட்கள் நகர வாழ்க்கை நரகமானது இருவருக்கும்.

'இனி இவளோட வாழமுடியாது'

தீர்மானித்தான் கார்த்திக். ஆலோசனை கேட்பதற்காக முகுந்தனைப் போனில் தொடர்பு கொண்டான். கார்த்திக்கின் பிரச்சினையைத் தெளிவாகக் கேட்டறிந்துகொண்டான் முகுந்தன்.

"கார்த்திக் எதுக்கும் அவசரப்படாத. நிதானமாக முடிவெடுக்கலாம். வாழ்க்கையென்றால் இப்பிடித்தான். எனக்கும் மனைவிக்கும் இடையில் நடக்காத சண்டையா? நீ பார்க்காததா....?"

கூடுகள் சிதைந்தபோது 144

என்று பல ஆலோசனைகள் வழங்கியும் கார்த்திக் கேட்பதாக இல்லை.

“எடுத்தமா முடிச்சமா என்று முடிவெடுப்பதற்கு வாழ்க்கை ஒன்றும் சாதாரண விசயம் இல்லை. ஆயிரம் காலத்துப் பயிர். ஆயுள் முழுக்க தொடரவேண்டிய பந்தம். நிதானமாகத்தான் முடிவெடுக்க வேணும்”

முகுந்தன் நண்பனுக்கு எவ்வளவோ அறிவுரைகள் சொன்னான். அவனை நல்ல வழிக்குத் திருப்புவது என்பது கல்லிலே நார் உரிக்கும் காரியமாகவே இருந்தது.

‘எல்லாத்துக்கும் காரணம் இந்த அவசர உலகம். வேகமாக முன்னால ஓடிக்கொண்டே இருக்கவேணும் என்ற காலத்தின் கட்டாயம்’ முகுந்தன் தன் மனதுக்குள் முணுமுணுத்துக்கொண்டான்.

“கார்த்திக் நான் சொல்லுறன் என்று நினைக்காத. உடன தீர்மானம் எடுத்தால் அது தப்பான முடிவாகப் போகிறதுக்குக் காரணமாகப் போயிரும். ஒரு வாரம் எங்கயாவது போயிற்றுவா. பிறகு வந்து நீ நல்ல ஒரு முடிவாக எடு” என்றான்.

முகுந்தன் இவ்வாறு வற்புறுத்திச் சொல்ல, கார்த்திக்கும் அதற்குச் சம்மதித்தான். தான் வாழ்ந்த வீடே அவனுக்கு நரகமாக, தன் மனைவியைப் பார்ப்பதே வெறுப்பாக இருந்தது.

‘எல்லாவற்றையும் மறந்துவிட்டு கொஞ்சநாள் எங்காவது போய் இருந்தால் எப்படியிருக்கும்?’ நினைவே இனித்தது. நண்பனுக்கு நன்றி கூறிவிட்டு அண்டை நாடான அமெரிக்காவிலுள்ள தன் நண்பன் ஒருவனைப் பார்க்க அன்றே புறப்பட்டான் கார்த்திக்.

ஏதேதோ காரணங்கள் சொல்லி வேலையில் இருந்து ஒருவாரம் விடுப்பு எடுத்துக்கொண்டு போன கார்த்திக், இரண்டு தினங்களிலேயே கனடாவுக்குத் திரும்பி வந்தான்.

வீட்டுக்கு வந்தபோது மனைவி வேலைக்குப் போயிருந்தாள். தான் கனடாவுக்கு வந்திருப்பதைப் போனில் தொடர்ப்பு கொண்டு முகுந்தனுக்குத் தெரியப்படுத்தினான். கூடவே,

“உன்னை அவசரமாகச் சந்திக்க வேண்டும்” என்றான். முகுந்தனுக்குள் சிறு ஆச்சரியம். வேலையில் அரைநாள் விடுப்பு எடுத்துக்கொண்டு வழியில் இருந்த கோப்பிக் கடையில் அவனைச் சந்தித்தான்.

கோப்பி ஷொப்பின் வலது பக்க மூலையில் கார்த்திக் அமர்ந்திருந்தான். இரண்டு கோப்பிகளுக்கு மாத்திரம் ஓடர்கொடுத்து எடுத்துக்கொண்டு வந்தான் முகுந்தன்.

“சொல்லு மச்சான், என்ன முடிவு செய்திருக்கிறாய்?” அறிந்துகொள்ளும் ஆவலுடன் கார்த்திக்கின் முகத்தை நோக்கினான் முகுந்தன். இரண்டு மிடறு காப்பியை சாவகாசமாக உறிஞ்சினான் கார்த்திக்.

“அவள் இல்லாமல் என்னால வாழமுடியாது முகுந்தன்.” என்றான் நடுங்கும் குரலில் கார்த்திக். முகுந்தன் அவன் கண்களை நிமிர்ந்து நேராகப் பார்த்தான்.

“கலியாணம் கட்டி ரெண்டு மாதம்தானே ஆகியிருக்குது. பிரிஞ்சு வாழலாம் என்று நினைச்சன். இதயத்தின்ர எங்கையோ ஒரு மூலையில் அவளில பாசம் ஒட்டிக்கொண்டிருக்கிறதுபோல இருக்குது. ரெண்டு நாளாக அவளின்ர முகத்தைப் பார்க்காமல் இருந்தது வாழ்க்கையே வறண்டுபோனது மாதிரி இருந்துது......” என்றான் கார்த்திக்.

கார்த்திக்கைப் பேசவிட்டு மௌனமாக அமர்ந்திருந்தான் முகுந்தன். “விட்டுக்குடுத்து வாழுறதுதான் வாழ்க்கை. எவ்வளவு பிரச்சினை வந்தாலும் எனக்கு அவள். அவளுக்கு நான்தான்” உறுதியான குரலில் சொல்லிக்கொண்டு போனான் கார்த்திக்.

“வெரிகுட் மச்சான். இதுதான் உன்னை ஒரு கிழமை லீவு எடுத்துக்கொண்டு எங்கேயாவது போயிட்டுவா என்று சொன்னதன் மகத்துவம். இங்க எங்கடயாக்கள் கொஞ்சமும் யோசிக்காமல் உணர்ச்சி வசப்பட்டு அவசரத்தில சில முடிவுகளை எடுத்துக்கொண்டு குடும்பமெல்லாம் அழிஞ்சுபோய் நிக்கினம்.”

“எதையும் ஆற அமர யோசிச்சு முடிவெடுக்கவேணும். சின்னச் சின்ன பிரச்சினைகள் வரத்தான் செய்யும். அதுகூட சந்தோசம்தான். ஊரில, எங்கட அம்மா, அப்பா பிடிக்காத சண்டையா...? எனக்கு மனுசியோட சண்டை பிடிக்காட்டில் அன்றைக்கு சரியான ‘போரிங்’காக இருக்கும். வீம்புக்குக்கென்றே அவளை சண்டைக்கு இழுப்பேன். அவளும் அப்பிடித்தான். பிறகு நானோ அவளோ ஒருத்தரை ஒருத்தர் சமாதானப்படுத்துறது என்று ஒன்று இருக்கே. அது அலாதியானது. அனுபவிச்சால்தான் தெரியும்” என்றான் முகத்தில் புன்னகை பரவ. அவனது புன்னகை கார்த்திக்கையும் தொற்றிக்கொண்டது. தலையை அசைத்து ஆமோதித்தான் கார்த்திக்.

“சரி முகுந்தன், என்ர மனுசி வேலை முடிஞ்சு வர்ர நேரமாகுது. நான் போய் அவளை பிக்அக் பண்ணப்போறன்” என்று அவன் வெட்கத்துடன் சொல்ல,

“அடேங்கப்பா, மனுசியின்ர நினைப்பு வந்துட்டுது. இனி நான் என்ன சொன்னாலும் நிற்கமாட்டாய்....” என்றான் முகுந்தன் குறும்பாய்ச் சிரித்துக்கொண்டே.

மனநிறைவுடன் நண்பர்கள் இருவரும் கோப்பி ஷொப்பில் இருந்து வெளியேறினர்.

ஈழநாடு(கனடா), 13 மே 2010

உறுத்தல்

அன்று சனிக்கிழமை.

மதியத் தூக்கத்துக்குப் பின் எழுந்த இளங்கோ, நேராகச் சமையலறைக்கு வந்தான். மனைவி சுமதி தேனீர் தயாரித்துக் கொண்டிருந்தாள்.

"என்ன சுமதி! எல்லாம் ரெடியா?"

"நாங்க எல்லோரும் ரெடியுங்க. நீங்க தான்......"

"இன்னும் பத்து நிமிஷத்தில் நான் ரெடியாயிடுவன்" சொல்லிவிட்டுப் போன இளங்கோ,

சொன்னதை விட விரைவாகவே ரெடியாகி வந்தான்.

விறாந்தையில் கிடந்த கதிரையில் இளங்கோவின் அம்மா காமாட்சி சோகமாக உட்காந்திருந்தாள்.

அப்பொழுது தேனீர்க்கப்புகளோடு வந்த சுமதியைப் பார்த்து இளங்கோ கேட்டான்,

"அம்மாவின்ர உடுப்புகள் எல்லாம் எடுத்து பெட்டியில வைச்சிட்டியா?"

"ஒண்டும் மிச்சம் இல்லை. எல்லாம் எடுத்து 'பக்' பண்ணியாச்சு" விறாந்தையில் இருந்த பெட்டிகளைக் காட்டினாள் சுமதி.

விளையாட்டுப் பொருட்களில் மனம் லயித்திருந்த இளங்கோ, சுமதியின் ஒரே வாரிசு பிரியா, தாயின் பேச்சில் அரண்டு போனாள். எழுந்து வந்து தகப்பனின் கால்களைக் கட்டிக்கொண்டு,

"அப்பா அப்பம்மா எங்க போறா?" என்றாள்.

"பிறகு சொல்றுறன், முதல்ல அப்பம்மாவுக்கு ஒரு கிஸ் குடு. போ..." என்று மகளை விரட்டினான் இளங்கோ.

குழந்தை ஓடிச் சென்று அப்பம்மாவை இறுக அணைத்து முத்தம் கொடுத்தது.

எந்தவித பிரதிபலிப்புமின்றி யன்னலினூடாக வெறுமையாக இருந்த தனது அறையை வெறித்துப் பார்த்தபடியிருந்தாள் காமாட்சி. அப்பம்மாவிடம் வேறுபாட்டை உணர்ந்த பிரியா தாய், தந்தை இருவரது முகத்தையும் மாறி மாறிப் பார்த்தாள்.

"சரி சரி, கார்ல போய் ஏறு பிரியா" நிலைமையைச் சமாளிக்க முயன்றான் இளங்கோ.

வழமையாகப் பிரயாணம் செய்கின்றபோது 'அப்பாவுக்குப் பக்கத்திலதான் இருப்பன்' என்று அடம்பிடிக்கும் பிரியா, காரின் பின்கதவைத் திறந்து அப்பம்மாவின் பக்கத்தில் அமர்ந்திருந்தது மட்டுமல்லாமல் அப்பம்மாவின் தோளில் தனது தலையைச் சாய்த்து அமர்ந்திருந்தாள். அவள் பிஞ்சு முகத்தில் குழப்பத்தின் சாயல்.

துடுக்குத்தனம் நிரம்பிய சுட்டிப் பெண் அவள். வாயை மூடிக்கொண்டு பேசாமல் இருக்க அவளால் முடியவில்லை. அப்பம்மாவின் கையை மெதுவாகச் சுரண்டினாள். தன் குண்டு விழிகளை மலர்த்தி,

"அப்பம்மா நீங்க எங்க போறீங்க?" அண்ணாந்து அவள் முகத்தைப் பார்த்தபடி கேட்டாள் பிரியா.

"முதியோர் இல்லத்துக்கு" உணர்ச்சிகள் வடிந்த குரலில் காமாட்சி பதில் சொன்னாள்.

"முதியோருன்னா யாரு அப்பம்மா....." ஐந்து வயதுச் சிறுமி புரியாமல் கேட்டாள்.

“என்னைப் போல வயது போனவை” வேதனையையும், துக்கத்தையும் தன் குரலில் மறைத்தபடி தன் பேர்த்திக்கு பதில் சொன்னாள் கற்பகம்.

“எனக்கு முன்னம் போல ஓடியாடி வேலை செய்ய முடியாது. இந்த ‘மிசின்’ யாருக்கும் இனிப் பயன்படாது. அதுதான் என்னைத் தூக்கிப் போடுகினம்”. தனக்குத்தானே சொல்வதுபோல முணுமுணுத்தாள் காமாட்சி.

பிரியா அப்பம்மாவின் முகத்தையே பார்த்துக் கொண்டிருந்தாள். அவளது முணுமுணுப்பு பிரியாவுக்குப் புரிந்தும் புரியாமலும் இருந்தது.

திரும்பித் தாயின் முகத்தைப் பார்த்த இளங்கோவின் கால்கள் ‘ஆக்சிலேட்டரை’ வேகமாக அழுத்தின.

“ஏன் அப்பம்மா ....” என்று ஏதோ சொல்ல வாயெடுத்தாள் பிரியா.

“ஏய் பிரியா, சும்மா இருக்கமாட்டியா? பேசாம வாயை மூடிக்கொண்டு வா” அடக்கியது சுமதியின் குரல். தொடர்ந்து, காரினுள் அமைதி நிலவியது. அந்த இறுக்கத்தைத் தளர்த்தக் கார்க்கண்ணாடியை சற்று கீழே இறக்கினான் இளங்கோ. ஈரப்பதன் இல்லாத சூடான காற்று அவன் முகத்தில் அறைந்தது.

“என்னப்பா இளங்கோ? இன்னும் கன தூரம் போகவேணுமா?, எனக்கு இப்பிடியே இருந்து இருந்து முதுகு நோகுதடா” நடுங்கும் விரல்களால் கோடிட்டுக்காட்டிய முதுகுத் தண்டை முனகியபடி வருடினாள் காமாட்சி. குழந்தை பிரியா தன் பிஞ்சு விரல்களால் அப்பம்மாவின் முதுகை லேசாகத் தடவினாள். சுருங்கிப் போயிருந்த அந்தத் தோல் கரகரவென்று இருந்தது.

“இல்லையம்மா இந்த ‘ஜங்சன்ல’ திரும்பினால் சரி. கிட்டத்தான்.”

நெடுஞ்சாலையில் திரும்பிய கார் சற்று நேரத்திற்கெல்லாம் இரண்டு, மூன்று தொடர் மாடிகள் கொண்ட ஒரு சிறிய தெருவிற்குள் நுளைந்தது. மூன்றாவதாக இருந்த தொடர்மாடிக் கட்டிடத்தின்

முன்பகுதியில் ‘சீனியர் ஹோம்’ என்று ஆங்கிலத்தில் போடப்பட்டிருந்தது தெரிந்தது. வட்டவடிவான அந்தத் தார்ப்பாதையில் தனது காரை மெதுவாகத் திருப்பினான் இளங்கோ. பெரியவர்கள் மத்தியில் பேரமைதி நிலவியது. என்ன தோன்றியதோ அப்பம்மாவைப் பார்த்து பிரியா கேட்டாள்.

“அப்பம்மா அப்பாவுக்கும், அம்மாவுக்கும் உங்களை மாதிரி வயசானபிறகு நானும் அவையள இங்கதான் கொண்டு வந்து சேர்க்க வேணும் என்ன?”

சுருக்கென்றது இளங்கோவுக்கு.

கணவன், மனைவி இருவர்களது கண்களும் ஒருமுறை சந்தித்து மீண்டன.

இளங்கோ வட்டவடிவான அந்த ரவுண்டபோட்டில் காரை மறுபடி திரும்ப ஒரு சுற்று சுற்றிவிட்டு வந்த வழியே காரைத் திரும்பினான். பிரியா ஆச்சரியமாய் முன்சீட்டுக்களில் உட்கார்ந்திருந்த தாயையும், தந்தையையும் உற்றுப்பார்த்தாள். அப்பம்மாவின் முகத்தில் எந்த மாற்றமும் இல்லை. அப்படியே கல்லில் வடித்ததுமாதிரி உட்கார்ந்திருந்தா.

“ஏனப்பா அப்பம்மாவ முதியோர் இல்லத்திலவிட இல்லையா?” ஆச்சரியமாய்க் கண்களை விரித்தாள் பிரியா. அவள் முகத்தில் மெல்லியதாய்ச் சந்தோசக் கீறல்கள்.

“அப்பம்மா இனி எங்களோடதான் இருப்பா. எங்கயும் போகமாட்டா” என்ற இளங்கோவின் குரலில் ஒரு உறுதி தெரிந்தது.

பிரியா அப்பம்மாவின் கையை எடுத்து அவள் புறங்கையில் முத்தமிட்டாள். பிறகு அந்தக் கையை அவள் விடவே இல்லை. காமாட்சியிடமிருந்து ‘ஷூம்......’ என்று நீண்ட ஒரு பெருமூச்சு வந்தது.

உதயன்(கனடா), 27 யூன் 2008

அண்ணாநகரில் கடவுள்

கடவுள் மேல் உலகத்திலிருந்து பூமிக்கு இறங்கி வந்தார். அவர் கால்பதித்த இடம் அண்ணாநகர்.

விண்ணை முட்டும் கட்டிடங்கள் சூரியனை மறைத்து எழுந்து நின்றன. புழுதியைக் கிளப்பியபடி வாகனங்கள் பறந்து கொண்டிருந்தன. அவை 'பீப்... பீப்....' என்று எழுப்பிய ஒலி காதைக் கிழித்தது. மூச்சை முட்டும் சனக்கூட்டத்துள் திணறிப்போனார் கடவுள்.

தூய வெண்ணிற ஆடையில் நெற்றி நிறையத் திருநீறு அணிந்திருந்த கடவுளைப் பலரும் ஏதோ புது ஜந்துவைப் பார்ப்பது போலப் பார்த்துவிட்டு அப்பால் நகர்ந்தனர். யாரும் அவருடன் பேசுவதற்குத் தயாராக இல்லை.

"யாரப்பா நீ... பட்டணத்துக்குப் புதுசா? பாக்கிறதுதான் பாக்கிறாய் கொஞ்சம் ஓரமா நிண்ணு பாரு!"

வீதியின் நடுவே நின்று நகரத்தைப் பார்த்துக்கொண்டிருந்த கடவுள் ஆட்டோக்காரனின் குரலைக் கேட்டுத் திரும்பிப் பார்த்தார்.

"சரியான சாவு கிராக்கி போல இருக்குது...." ஆட்டோக்காரனின் உதடுகள் முணுமுணுத்தன. ஆட்டோ அவரை இடித்துவிடுமாப்போல் அப்பால் கடந்து சென்றது.

"என்னப்பா இவ்வளவு அவசரம்?"

கூடுகள் சிதைந்தபோது 152

கடவுளின் உதடுகள் புன்னகையை உதிர்த்தன. நடைபாதையை நோக்கி விரைந்தன அவர் பாதங்கள். தெருவோரமாக நடந்து சென்ற கடவுளை யாரும் பொருட்படுத்தவில்லை. அவசர உலகம் தன் தேவைகளுக்காக விரைந்துகொண்டிருந்தது. தான் படைத்த பூமிதானா இது? என்றுகூடக் கடவுளுக்குச் சந்தேகம் எழுந்தது. ஆறறிவு படைத்த மனிதனின் அதிவேக முன்னேற்றத்தை அவரால் வரவேற்காமல் இருக்க முடியவில்லை.

சற்றுத் தொலைவுவரை நடந்த கடவுள் தனது நடையை நிறுத்தினார். திரும்பிப் பார்த்தார். அவரை நெருங்கி ஒருவர் வந்துகொண்டிருந்தார். அவனிடம் பேச்சுக் கொடுக்க விரும்பினார் கடவுள்.

"மகனே, நான் தான் கடவுள்" தன்னை அறிமுகப்படுத்தினார். ஏளனச் சிரிப்புடன் அவரை ஏற இறங்கப் பார்த்தான் அந்த மனிதன்.

"நான் கடவுள் வந்திருக்கிறேன். உனக்கு என்ன வேண்டும்? கேள். தருகிறேன்".

அந்த மனிதனின் உதடுகளில் புன்னகை ஒன்று ஓடி மறைந்தது. "கலியுகம் முத்திப் போச்சுது" தலையில் அடித்துக்கொண்டே அப்பால் நகர்ந்தான் அந்த மனிதன்.

கடவுள் பொறுமையாகக் காத்திருந்தார். அப்போது பூ விற்கும் பெண்ணொருத்தி அவரைக் கடந்து நடந்தாள். அவளை வழிமறித்தார் கடவுள்.

"பெண்ணே! நான் தான் கடவுள் வந்திருக்கிறேன்."

"ஆ......மா. கடவுள் இருந்தால் நாட்டில ஏன் இவ்வளவு அநியாயம் நடக்குது. சும்மா பிதற்றாமல் அப்பால நகரய்யா" ஆத்திரமாய் வார்த்தைகளைக் கொட்டியபடி நடையில் வேகத்தைக் கூட்டினாள் பூக்காரி.

"கடவுளே, கடவுளே என்று கதறும் இந்த மக்களின் குரல் கேட்டுத்தானே நான் ஓடோடி வந்தேன். இவர்களோ முன்னால் நிற்கும் என்னை, நான் தான் கடவுள் என்று சொன்ன பின்பும் என்னை நம்புகிறார்கள் இல்லையே" கடவுள் தனக்குள் பேசிக்கொண்டார்.

"பார்ப்போம். இன்னும் என்னென்ன வினோதங்கள் இந்தப் பூவுலகில் நடக்கின்றது என்று" முணுமுணுத்துக்கொண்டே கடவுள் மீண்டும் நடக்கத் தொடங்கினார். அப்பொழுதுதான் அந்தச் சுவரொட்டி அவர் கண்களிற் பட்டது.

'அட நம்ம இடம்'

படத்தில் கைலயங்கிரியைக் கண்டதும் கடவுளுக்கு வீட்டு ஞாபகம் வந்து விட்டது. உமையம்மை பிரிவுத் துயருடன் இவருக்கு விடை கொடுத்திருந்தார்.

"இன்று ஒருநாள் மட்டும் பூலோகத்தில் தங்கி நம் பக்தர்களுக்கெல்லாம் அருள்பாலித்துவிட்டு வருகிறேன் தேவி" கடவுள் அம்மையைச் சமாதானப்படுத்தினார்.

"ம்....... பூலோகத்தில் இன்று பொழுது சாயும்வேளை தாங்கள் இங்கிருக்க வேண்டும்" அன்புக்கட்டளையிட்டாள் அன்னை.

புன்னகை தவழும் முகத்துடன் சுவரொட்டியைக் கூர்ந்து பார்த்தார்.

"அட இது நம்மைப் போலவே இருக்கே...' கண்களை அகலத் திறந்தபடி அருகில் சென்று பார்த்தார்.

அதே புலித்தோல் ஆடை, கைகளில் கமண்டலம், நெற்றி நிறைந்த நீற்றுப் பூச்சு. சுடலை ஆண்டியாக உருத்திராட்சம் தரித்து தியானத்தில் அமர்ந்திருந்தார் ஒருவர்.

'எல்லாம் அச்சு அசல் நான்தான். ஆனால் இந்த முகம்......?'

'நான் இப்படி ஒரு அவதாரம் எடுத்ததாக ஞாபகம் இல்லையே.......!!'

பக்கத்தில்..... அவருடைய தேவியாகத் தான் இருக்க வேண்டும். அருள் ஒழுகும் பார்வையுடன் புன்னகை நிரம்பியவளாய் அமர்ந்திருந்தார்.

'இவள் உமையில்லையே...!!!' திருதிருவென்று விழித்தார் கடவுள்.

'எப்போது நடந்தது இந்த விபரீதம்....!!!'

சிந்தனையுடன் மேலே சிவப்பு எழுத்துக்களால் பொறிக்கப்பட்டிருந்த அந்த வாசகங்களைப் படித்தார்.

'பகவான் பாலதயானந்த அடிகளுக்கு எதிர்வரும் ஞாயிற்றுக்கிழமை பிறந்த தின உற்சவம். பகவான் அவதரித்த இப்பொன்நாளைக் கொண்டாட அடியார்களை அன்புடன் அழைக்கிறோம். பகவானுக்கு உங்கள் கரங்களாலேயே பால் அபிசேகம் செய்து அருள்பெற்று உய்யுங்கள். பஜனைக் கூட்டத்தில் கலந்துகொண்டு இறைதரிசனமும், அருளாசியும் பெறுங்கள்!!'

கடவுள் அப்படியே உறைந்து போனார். 'எனக்குப் போட்டியாக இன்னொருவன்....!' நம்பமுடியாமல் இருந்தது கடவுளுக்கு. அவரது பாதங்கள் மீண்டும் பயணத்தைத் தொடர்ந்தன.

கூச்சல் நிறைந்த நகர்ப்புறத்தை விட்டு அந்தப் பாதை அவரை ஒரு மண்டபத்தின் முன் நிறுத்தியது.

நகருக்கு ஒதுக்குப் புறமாக அந்த இடத்திற்குச் சற்றும் பொருத்தமற்ற பெரிய மண்டபம் அது. மண்டபம் அலங்கரிக்கப்பட்டு டாம்பீகமாகக் காட்சியளித்தது. முற்றிலும் காவியணிந்து சாந்தம் தவழும் முகத்துடன் சிரித்துக்கொண்டிருக்கும் சாமியார் ஒருவரின் பெரிய 'கட்அவுட்' ஒன்று ஆளுயர மாலையணிவிக்கப்பட்டு பக்திமணம் பரப்பிக்கொண்டிருந்தது. மண்டபத்திற்கு வெளியே பெண்களும், ஆண்களுமாகக் கூட்டம் நிரம்பி வழிந்தது. காவல் முஸ்தீபுகளும் பலமாக இருந்தன. தூய்மையான வெண்ணிற ஆடைகளைப் பக்தர்கள் அணிந்திருந்தார்கள். பக்தியும், பணிவும் அவர்களில் குடிகொண்டிருந்தது. எல்லோரும் மெதுவான குரலில் அந்தச் சாமியாரைப் பற்றிப் பேசிக்கொண்டனர். அவர்கள் சாமியாரிடம் ஆசியும், அருள்வாக்கும் பெறுவதற்காகக் காத்துநின்றனர். கடவுள் தனக்குள் சிரித்துக்கொண்டார். அந்த மனிதர்களில் ஒருவரை நெருங்கினார்.

'நான்தான் கடவுள்' என்றார்.

கடவுளை வினோதமாகப் பார்த்தான் அந்த மனிதன்.

“என்னப்பா அப்படிப் பார்க்கிறாய்? நான்தான் கடவுள். நீண்ட காலத்தின் பின்னர் இன்றுதான் பூலோக சஞ்சாரம் செய்கிறேன். உனக்கு என்ன வரம் வேண்டும் கேள். நான் தருகிறேன்” கடவுள் மீண்டும் கூறினார்.

கடவுளுக்கு அருகில் நின்ற சற்று வயது முதிர்ந்த ஒருவர்,

“நாங்களும் கடவுளைப் பார்க்கத்தானப்பா இங்கே வந்திருக்கிறோம். இந்தச் சாமியார் பெரிய மகான், ஞானி. கடவுளின் மறு அவதாரம். கலியுகவரதர். உன்னை இந்தச் சாமியார்கிட்ட கூட்டிப் போகிறேன். உன்னோட இந்தப் பைத்தியம் சீக்கிரம் குணமாயிடும்” என்று பதிலளித்தார்.

அவரது பேச்சு கடவுளுக்குச் சிரிப்பாக இருந்தது. வாய் விட்டுச் சத்தமாகச் சிரித்தார். கூடியிருந்த பக்தர்கள் அச்சத்துடன் அவரைப் பார்த்தனர்.

திடீரென்று கூட்டம் அமைதியானது. பக்திவெள்ளம் பெருக்கெடுக்க எல்லோரும் விழுந்து விழுந்து வணங்கினர். காவியுடையணிந்த ஒருவர் பக்தர்கள் புடைசூழ வாகனத்தில் இருந்து இறங்கி மண்டபத்துக்குட் பிரவேசித்தார். அந்த மனிதனுக்குப் பஞ்சாராத்தி தீபம் காட்டி, மாலைகள் சூட்டி மகிழ்ந்தார்கள் பக்தர்கள் கூட்டம். மண்டபம் அதிர கோசங்கள் முழங்க அந்த மனிதன் முன்னே நகர்ந்தார். தொடர்ந்து பக்தர் கூட்டம் உள்ளே நுளைந்தது. எல்லோரும் பக்தி வெள்ளத்தில் மூழ்கியிருக்க, கடவுள் ஒரு ஓரமாய் நின்று வாய்பிளந்து இந்தக் காட்சியைப் பார்த்துக்கொண்டு நின்றார். பக்கத்தில் அதே கிழவர் நின்றுகொண்டிருந்தார்.

நேரம் நகர்ந்துகொண்டே போனது. கடவுள் பொறுமையை இழந்தார். மீண்டும் கிழவருடன் பேச்சுக் கொடுத்தார்.

“நான் தான் கடவுள். உனக்கு என்ன வரம் வேண்டும்? கேள், நான் தருகிறேன்” என்றார்.

முதியவர் அருகில் நின்ற மனிதனுடன் கண்களால் ஏதோ பேசிவிட்டு கடவுளின் கைகளை இறுகப் பற்றினார்.

“எங்க கூட வா. உனக்கு நாங்கள் கடவுளைக் காட்டுறோம்” என்று கூறியபடி கூட்டத்தை விலக்கிக்கொண்டு கடவுளை இழுத்துக் கொண்டு மண்டபத்திற்குள் நுளைந்தார்.

சாமியார் புலித்தோல் விரித்த பஞ்சணையொன்றில் அமர்ந்திருந்து தியானத்தில் மூழ்கியிருந்தார். பாதி முகத்தை மறைத்திருந்த கருந்தாடி அவரது முகத்திற்கு ஒரு வசீகரத்தைக் கொடுத்திருந்தது. நெற்றியிலே திருநீற்றைப் பரவிப் பூசி, நடுவிலே ஒரு ரூபாய்க் குற்றியளவில் குங்குமம் இட்டிருந்தார். புன்னகை தவழும் குழந்தை முகம். அவர் கண்திறக்கும் வேளைக்காய் அவரைச் சூழ்ந்து பக்தர்கள் கூட்டம் நிரம்பி வழிந்தது. தெய்வ சக்தியாலும், அவரது ஒப்பற்ற மாந்திரீக ஆற்றலாலும் அவர் எத்தனையோ பக்தர்களின் பிணி, துன்பம், வறுமைகளைப் போக்கியிருப்பதாக அவர்கள் பேசிக்கொண்டனர்.

மெதுவாகக் கண்களைத் திறந்தார் சாமியார். அருள் ஒழுகும் கண்களால் அடியவர்களை அரவணைத்தார். பக்தர்கள் கூட்டம் “ஓம் சாந்தி, ஓம் சாந்தி” என்று கோசம் எழுப்பியது. சாமியாரின் பார்வை தன் முன்னே குறுநகையுடன் அமர்ந்திருந்த கடவுளின்மீது படிந்தது. முதியவர் எழுந்து சாமியாரைச் சாஸ்டாங்கமாக விழுந்து வணங்கினார். சாமியாருக்கு அருகில் அமர்ந்துகொண்டு தன் பக்கத்தில் கடவுளை இருத்தினார். சுவாமியின் காதருகில் குனிந்து கடவுளைக் காட்டி ஏதோ கிசுகிசுத்தார்.

சாமியார் கடவுளை ஏற இறங்கப் பார்த்தார். கண்களை மூடி மறுபடியும் ஏதோ தியானத்தில் ஆழ்ந்தார். சில நிமிடங்களில் மீண்டும் கண்களைத் திறந்தார்.

“அன்பனே! போன ஜென்மத்தில இவன் செய்த பாவம்தான் இப்போ இவன் இப்படியெல்லாம் உளறிக்கொண்டு அலைகிறான்.” என்று கூறிய சாமியார், தட்டில் இருந்த திருநீற்றை அள்ளி கடவுளின் முகத்தில் விசிறினார். வேப்பிலையை எடுத்து கடவுளின் தலையிலே ஓங்கியடித்தார். திணறிப்போனார் கடவுள். கண்களில் விழுந்த திருநீறு அவர் விழிகளை உறுத்தியது. எழுந்து நடக்க முற்பட்டார். அருகிலே நின்ற சாமியாரின் சீடர்கள் இருவர் முதியவரின் உதவியுடன் மீண்டும் அவரை உட்காரவைத்தனர்.

“ஒவ்வொரு வெள்ளிக்கிழமையும் வந்து பூஜையில கலந்துகொள்ளப்பா. உன்னைப் பிடிச்ச பீடையெல்லாம் உன்னை விட்டு ஓடிப்போகும். சாந்தம் பெறுவாய்” என்றார் சாமியார். அவரிடம் ஏதோ சொல்ல வாயைத் திறந்தார் கடவுள். சாமியார் கடவுளின்வாயில் திருநீற்றைப் போட்டார். கடவுளாற் பேசமுடியவில்லை. சாமியாரின் தட்டில் சில ரூபாய் நோட்டுக்களைப் போட்டு விட்டு அந்த முதியவர் கடவுளின் கைகளைப் பற்றினார்.

“ஆகா.... என் பெயரைச் சொல்லி எத்தனை அநியாயம் நடக்கிறது இந்தப் பூவுலகில்..... கடவுளும் வியாபாரப் பொருளாகி விட்டார் என்று ஆலயத்தில் வந்து என் பக்தர்கள் எல்லாம் புலம்புவது இதனால் தானா........?” கடவுள் விக்கித்துப்போனார்.

வெளியே வந்ததும் முதியவரிடமிருந்து தன் கைகளை விடுவித்துக்கொண்ட கடவுள் “நான் தான் கடவுள் என்கிறேன். நீங்கள் ஏன் என்னை நம்புகிறீர்கள் இல்லை. உனக்கு என்ன வேண்டும் கேள் நான் தருகிறேன். நான் தான் கடவுள் என்பதை உனக்குக் காட்டுகிறேன்” என்றார் சற்றே கோபமாக கடவுள்.

முதியவர் புன்னகையுடன் அவர் முதுகிலே தடவி,

“அந்தச் சாமியார் ரொம்ப மகிமையுள்ளவர். அவர் சொன்னது போல வருகிற வெள்ளிக்கிழமை மறுபடியும் இங்கே வா. உனக்கு எல்லாம் சரியாயிடும்” என்று அன்பொழுகக் கூறிவிட்டு அப்பால் நகர்ந்தார் முதியவர்.

“ஏ நில்லப்பா....” கடவுளின் அழைப்பு தன் காதுகளில் விழாதவரைப் போல அந்த முதியவர் வேகமாக நடந்தார்.

“இவர்கள் எல்லாம் ஆலயத்தில் வந்து என்னை மனமுருகி அழைத்தபோது சிலையாய் நின்றுகொண்டேன். அதற்காக என்னை இப்படிப் பழிவாங்குகிறார்களா இந்த மனிதர்கள்?”

தன்னை யாராவது நம்பமாட்டார்களா என்ற ஆதங்கத்துடன் கண்களைச் சுழல விட்டார். கடவுளாக என்ன? ஒரு மனிதனாகக் கூட யாரும் அவரை ஏறெடுத்தும் பார்க்கவில்லை.

பொழுது மெதுவாக இருட்டத் தொடங்கியது. காலை முதல் நடந்ததாலோ என்னவோ கடவுளும் கால்கள் வலிப்பதைப் போல உணர்ந்தார். சற்றுத் தூரத்தில் கோயில் கோபுரம் கண்களில் பட்டது. சற்று ஓய்வெடுத்துக்கொள்ள அதுதான் சரியான இடம் என்று கண்டுகொண்ட கடவுள் கோயிலை நோக்கி விரைந்தார். பாவம் அவருக்கு அமருவதற்கு சரியான இடம் கிடைக்கவில்லை. பாதையின் இருமருங்கிலும் வயது, பால் வேறுபாடின்றி சிலர் அமர்ந்திருந்து, போவோர் வருவோரிடமெல்லாம் பிச்சை கேட்டுக்கொண்டு இருந்தனர்.

'ஒழுங்காக அவயவங்களைக் கொடுத்து, மண்ணில் நல்ல வண்ணம் வாழ வழி சமைத்து வைத்தும் இந்த மனிதர்கள் ஏன் இப்படி இரந்து உண்கிறார்கள்?' ஒன்றும் புரியாதவராய் அவர்களைக் கடந்து நடந்தார். கோயில் வாயிலருகில் சிறிய இடமொன்று அவருக்காகக் காத்திருந்தது. அமர்ந்துகொண்டார். பல பக்தர்கள் அவரைக் கடந்து கோயிலுக்குள் நுளைந்தனர். கடவுள் அயர்ச்சியுடன் சாய்ந்து கண்களை மூடினார்.

அசதியில் கண்ணயர்ந்த கடவுளை தட்டியெழுப்பியது ஒரு வலிமையான கரம். எதிரிலே நல்ல திடகாத்திரமான இளைஞன் ஒருவன் நின்றுகொண்டிருந்தான். அவன் உருவத்திற்கு சற்றும் பொருந்தாமல் கைகளை ஏந்தி கடவுளிடம் யாசித்தான்.

“ஐயா ஏதாவது தர்மம் பண்ணுங்கய்யா. சாப்பிட்டு ரெண்டு நாளாச்சு. தயவு பண்ணுங்கய்யா”. அவன் குரல் கடவுளை நெகிழவைத்தது.

“ஏம்பா பார்க்க நல்ல வாட்ட சாட்டமா தெரிகிறாய். ஏன் இப்படி யாசகம் செய்கிறாய்? உன்னால் உழைத்து வாழ முடியாதா?” கடவுள் கேட்டார்.

“நான் கிராமத்தில பிறந்து வளந்தவனய்யா. ஏதாவது ஒரு வேலை கிடைக்குமின்னு கையில இருந்த பணத்தோட பட்டணம் வந்தேன்யா. பணம் எல்லாம் தீந்து போனது தான் மிச்சம். ஒரு

வேலையும் கிடைக்கல. சாப்பிட்டு ரெண்டு நாளாச்சுதய்யா" என்றான் உருக்கம் நிறைந்த குரலில் அந்த இளைஞன்.

புன்முறுவல் செய்தார் கடவுள்.

"உனக்குப் பணம் தானே வேணும். இந்தா பிடி. இதை வைத்து உழைத்துச் சாப்பிடு. இனிமேல் இதுபோல் யாசகம் செய்யாதே" கடவுள் தன் பைக்குள் கையை விட்டார். தான் பூவுலகிற்கு வந்த பயனாக ஒருவனாவது பலன் பெறுகிறான் என்ற சந்தோசம் கடவுளுக்கு. நம்ப முடியாமல் பார்த்துக்கொண்டிருந்த இளைஞனின் கைகளில் ஒரு கட்டுப் பணத்தை வைத்தார்.

கண்ணீர் மல்க கடவுளின் கால்களில் வீழ்ந்து வணங்கினான் இளைஞன். "பெரியவரே நீங்க கடவுள் சாமி...... நீங்க தெய்வம் சாமி தெய்வம்...." அவன் குரல் தளதளத்தது.

"நான் சொன்னால் யாரு நம்பறான்....?" கடவுள் புன்னகை பூத்தார்.

கடவுள் கொடுத்த பணத்தைத் தனது சட்டைப் பைக்குள் திணித்தான் இளைஞன். அந்த நேரம்பார்த்து அவன் கைகளை ஒரு இரும்புக்கரம் தடுத்தது. இரண்டு கான்ஸ்டபிள்களுடன் காவல்துறை அதிகாரி நின்றுகொண்டிருந்தார்.

"எங்கால உனக்கு இவ்வளவு பணம்? பார்க்க பிச்சைக்காரனாட்டம் தெரிகிறாய். ஏதுடா இந்தப் பணம்? உண்மையைச் சொல்லு." ஒரு காவல்துறை அதிகாரி அவனை மிரட்டினார். அவர்களைக் கண்டதும் பயத்தில் நடுங்கினான் அந்த இளைஞன்.

"ஐயோ எனக்கு ஒண்ணும் தெரியாதய்யா. இந்தப் பெரியவருதான் எனக்கு இவ்வளவு பணத்தையும் தந்தாரு. என்னை விட்டுருங்க ஐயா" கெஞ்சினான் இளைஞன். அருகில் நின்ற கடவுளிடம் காவல் அதிகாரியின் பார்வை படிந்தது.

"ஓகோ நீங்கதான் இவருக்கு பணம் கொடுத்தீங்களா பெரியவரே.....?" என்று கிண்டலாகக் கேட்டார். அதிகாரி.

“ஆம் நான்தான் இவனுக்குப் பணம் கொடுத்தேன். அவனுக்கு ஒன்றும் தெரியாது. நான்தான் கடவுள்.” மறுமொழி கூறினார் கடவுள். பக்கத்தில் நின்ற இளைஞனுக்கோ கடவுளின் பேச்சைக் கேட்க தலை கிறுகிறுத்தது. சிங்கம் கர்ச்சிப்பதைப் போலச் சிரித்த காவல் அதிகாரி, ஆவேசம் வந்தவரைப் போலக் கத்தத் தொடங்கினார்.

“ரெண்டு பேருமாச் சேர்ந்து என்ன டிராமாவா பண்ணுறீங்க. நடவுங்க ரெண்டு பேரும் ஸ்டேசனுக்கு. ஒருத்தன் பயந்தாங்கொள்ளி மாதிரி நடிக்கிறான். ஒருத்தன் கடவுள்னு பைத்தியம் மாதிரி நடிக்கிறான். நாட்டில தீவிரவாதிங்களோட அட்டகாசம் கூடிப்போச்சு. எந்த நேரத்தில எந்த ரூபத்தில வாராங்கன்னே சொல்லமுடியாது”

“ஐயோ எனக்கு ஒண்ணும் தெரியாதய்யா. நா பட்டணத்துக்குப் புதுசு. என்னை விட்டுருங்கய்யா. எனக்கு இவர் யாருன்னே தெரியாதுங்க. என்னை விட்டுருங்கய்யா” கண்ணீருடன் கதறினான் இளைஞன்.

“கண் முன்னே நிற்கும் கடவுளை நம்ப மறுக்கிறாயா மானிடனே? உனக்கு என்ன வரம் வேண்டும் கேள்” கடவுள் அன்பொழுக அதிகாரியுடன் பேசினார்.

“என்னய்யா? செஞ்சதையும் செஞ்சுட்டு லஞ்சமா தரப்பார்க்கிறாய். ரெண்டு பேரையும் உள்ள வச்சு, முட்டிக்கு முட்டி தட்டினா தான் உண்மைய ஒத்துப்பாங்க போல இருக்கு.” மிரட்டினார் அந்தக் காவல் அதிகாரி.

“ஸ்டேசன்ல நா கவனிக்கிற கவனிப்பில, நானே உனக்குக் கடவுளக் காண்பிக்கிறேன். முதல்ல நட ஸ்டேசனுக்கு” அதிகாரி சொல்லிக் கொண்டிருக்கும்போதே இரண்டு கான்ஸ்டபிள்கள் இருவரது கைகளுக்கும் விலங்கு மாட்டி, தரதரவென்று இழுத்துக்கொண்டுபோய் வண்டியில் ஏற்றினார்கள்.

“கடவுளே நீதான் என்னைக் காப்பாற்று...” உயரத் தெரிந்த கோபுரத்தை அண்ணாந்து பார்த்துக் கூவினான் இளைஞன். கைவிலங்குகளுடன் அவனுக்கருகில் அமர்ந்திருந்தார் கடவுள்.

வண்டி காவல் நிலையம் முன்பாக நின்றது.

“ஊம்.....ஊம்.... சீக்கிரம் இறங்குங்க.” அதிகாரதோரணையில் கட்டளையிட்டான் கான்ஸ்டபிள். கடவுள் காவல் அதிகாரியைத் தொடர்ந்து நடந்தார்.

“கான்ஸ்டபிள் இவங்க கேஸைப் பைல் பண்ணிப்போட்டு ரெண்டு பேரையும் எதிர்க்க எதிர்க்க இருக்கிற செல்லுகள்ல தனித்தனியா போட்டுரு. நாளைக்கு காலைல முதல் வேலையா இவங்கள விசாரணை பண்ணணும். ரொம்ப ஆபத்தான தீவிரவாதிங்க போல தோனுராங்க. ஆளுக்கு ரெண்டு கான்ஸ்டபிளை ராத்திரி பூரா காவலுக்குப் போடு” கட்டளைகளைப் பிறப்பித்துவிட்டு, தனது தொப்பியை எடுத்து தலையில் மாட்டிக்கொண்டு ஜீப்பை நோக்கி நடந்தார் காவல் அதிகாரி.

கேஸைப் பைல் பண்ணிவிட்டு, இருவரையும் இழுத்துக்கொண்டு போய் இரண்டு செல்களில் போட்டான் கான்ஸ்டபிள். கம்பிக்கதவுகளுக்கு வெளியே துப்பாக்கியை நீட்டியபடி இரண்டு கான்ஸ்டபிள்கள் நிறுத்தப்பட்டனர். அவர்களின் செயல் சிரிப்பை மூட்டியது கடவுளுக்கு. நாள் முழுதும் நடந்த அயர்ச்சியுடன் கம்பிக் கதவுகளுக்குள் அடைபட்டிருந்த சுவரின் ஓரமாக சாய்ந்து கண்களை மெதுவாக மூடினார் கடவுள்.

மறுநாள் காலை காவல் நிலையம் பெரும் பரபரப்பாக இருந்தது. இளைஞன் நின்றுகொண்டிருந்த செல்லுக்கு எதிர்ப்புறமாக இருந்த அறையின் கம்பிக்கதவுகளில் போடப்பட்ட இரும்புப் பூட்டு அப்படியே தொங்கிக்கொண்டிருந்தது.

அனைத்துப் பத்திரிகைகளின் முதல் பக்கத்திலும் முக்கிய செய்தியொன்று வெளியாகியிருந்தது.

“அண்ணாநகரில் கடவுள் என்று தன்னைச் சொல்லிக்கொண்டு திரிந்த பெரியவர் பலத்த பாதுகாப்பின் மத்தியில் காவல் நிலையத்திலிருந்து மாயமாக மறைந்து விட்டார்”

உதயன்(கனடா), 11 யூலை 2008

வெளியில் எல்லாம் பேசலாம்

நாட்டு நிலைமை காரணமாக சோபை இழந்து காணப்பட்ட இலக்கிய விழாக்களும், நூல் வெளியீடுகளும் மீண்டும் களைகட்டத் தொடங்கியிருந்தன. இணையதளம் ஒன்றில் வெளியாகியிருந்த சிறுகதை ஒன்றில் மூழ்கியிருந்த என்னை மனைவியின் குரல் உலுக்கியது.

“என்னப்பா இருக்குறீங்க. நூல் வெளியீட்டுக்குப் போகவேணும் எண்டனீங்கள்..... என்ன வெளிக்கிட இல்லையோ?”

“மறந்தே போயிட்டனப்பா. நல்ல காலம் ஞாபகப்படுத்தினீர்” என்றபடி சுவரில் மாட்டியிருந்த கடிகாரத்தைப் பார்த்தேன்.

‘இன்னும் அரை மணித்தியாலம்தான் இருக்கு.......’ என்னுள் நினைவுகள் ஓட அவசரமானேன்.

“சரி நான் போயிற்றுவாறன் சுதா” என்று புறப்படத் தயாரானபோது சூடான தேனீர்க் கோப்பையை என் முன் நீட்டினாள் அவள்.

“இவ்வளவு நேரமும் இருந்திட்டு இப்பதான் இதக்கொண்டு வாறியோ” அவசரமாய் ஒரு மிடறு தேனீரை உறிஞ்சியபடி அவளிடம் கேட்டேன்.

“ஒருத்தருக்கும் தங்களின்ர பிழையள் தெரியாது. மற்றவையளின்ர குறையளைத்தான் தூக்கிவச்சு கதைப்பினம். முதல்ல தங்களுக்குள்ள இருக்கிற பிரச்சனையளைத் தீர்க்க வேணும்.

பிறகு மற்றவையப் பற்றி, அவையளின்ர பிழையளைப் பற்றி பேச வெளிக்கிட வேணும்" என்றாள் குறும்பாக என்னைப் பார்த்துச் சிரித்தபடி.

சூடான தேனீர் என் உதட்டைப் பதம் பார்க்க "இந்தாப்பா நீயே வச்சுக்குடி" என்றபடி எழுந்து நடந்தேன்.

காரை நான் நெருங்கியபோது, சுதா அவசரமாக ஓடிவந்தாள்.

"வரேக்கை அந்தப் புரோக்கரிட்டையும் ஒருக்காப் போயிட்டு வாங்களேன்."

"ம்... ம்..." தலையை அசைத்தபடி காரைப் பின்னுக்கு எடுத்து, பிரதான பாதையை நோக்கிச் செலுத்தினேன்.

வெளியில் காலநிலை நன்றாக இருந்தது. 'இந்தமுறை ஸ்னோவும் அவ்வளவாக் கொட்டுறதாய் காணயில்ல. ஸ்னோ கொட்டியிருந்தா மனுசர் இப்பிடி கார் ஓட ஏலுமே?'. பெருந்தெருவில் கார் சுகமாகப் பயணித்தது.

விழா மண்டபத்துக்குள் நான் நுளையவும் கூட்டம் தொடங்கவும் சரியாக இருந்தது. புலம்பெயர் நாட்டில் சதா வேலை வேலை என்று ஓடிக்கொண்டிருக்கிற என் போன்ற இலக்கியப்பசி கொண்டவர்களுக்கு இந்த நூல்வெளியீட்டு நிகழ்வுகள்தான் கொஞ்சம் ஆறுதல்.

வரவேற்புரை, தலைமையுரை எனத்தொடர்ந்து எனக்குப் பிடித்த நூலாய்வு வந்தபோது மனம் ஒன்றி அதைக் கேட்பதில் கவனத்தைச் செலுத்தினேன்.

அந்தப் பேச்சாளர், நூலைப்பற்றி சுருக்கமாகக் கூறிவிட்டு, மிகுதி அரை மணித்தியாலங்களுக்கும் மேலாக யாழ்ப்பாண உயர்சாதியினர் எப்படி அடிமட்டத்து மக்களை ஒதுக்கினார்கள் என்பது பற்றியும், தீண்டாமை, ஆலயப் பிரவேசம் பற்றியெல்லாம் உணர்வு பூர்வமாக சூடுபறக்கப் பேசினார். பின்னர், அவரைத் தொடர்ந்து பேச வந்த மற்றப் பேச்சாளரும் அந்தப் பிரச்சனையைப் பற்றியே தொடர்ந்து பேசினார். எனக்குச் சகிக்க முடியாமல் இருந்தது.

“இதுக்கெல்லாம் மூலகாரணம் வெள்ளாளரின்ர சாதிப்பார்வைதான். குறைஞ்ச சாதியெண்டு எங்களை ஒதுக்கி வைச்சவையள். கோயிலுக்குள்ள நாங்க போகக்கூடாது. பொதுக் கிணத்தில தண்ணி அள்ளக்கூடாது......” ஒருவர் தன் முகம் சிவக்கப் பேசிக்கொண்டே போனார்.

‘இவங்கள் விசரன்கள். பழைய கதையள இழுத்து வைச்சுக் கதைச்சுக்கொண்டு இருப்பான்கள். இன்னும் எவ்வளவு காலத்துக்கு உந்தக் கதையளை வச்சு அரைக்கப்போகினம்? மேடை கிடைச்சால் காணும்.....!!’ மேற்கொண்டு தொடர்ந்து அவ்விழாவில் இருக்க முடியாமல் மெல்ல நடந்து மண்டபத்தை விட்டு வெளியேறினேன்.

‘இங்க இப்ப பிள்ளையள் உந்த சாதியளையா பாக்குதுகள்? என்ன படிச்சிருக்கிறான்? என்ன வேலை செய்யுறான்? தங்களின்ர பழக்கவழக்கத்தோட இவன் ஒத்துவருவானா? இதைத்தானே அதுகள் பாக்குதுகள். தங்களுக்குப் பிடிச்சுதென்றால் கலியாணம். இல்லாட்டில் வேறயொண்டு.’

‘இப்ப அங்க தொண்டை கிழியக் கத்துறவரின்ர மகன் விரும்பி முடிச்ச பெட்டையும் நல்ல சாதிப் பெட்டைதானே.......’

பலதையும் நினைத்து அலுத்துக்கொண்ட மனம் இன்று செய்யவேண்டிய இரண்டாவது வேலையைப்பற்றிச் சிந்திக்கத் தொடங்கியது.

‘புரோக்கர் வீட்டை போக வேணும்.’

ஸ்டியரிங்கை ஒரு கையால் பிடித்துக்கொண்டு காரை மெதுவாகச் செலுத்தியபடியே எட்டி அடுத்த சீட்டில் கிடந்த கவரை எடுத்துப் பிரித்தேன். மகள் குமுதாவின் படத்தோடு ஒட்டியிருந்த லாவண்யாவின் படம் என் மடியில் விழுந்தது.

அண்ணர் குடும்பம் லண்டனில. கனடாவிலயோ, சுவிஸ், பிரான்ஸ், ஜேர்மன் பக்கமோ லாவண்யாவுக்கு ஏத்த மாப்பிள்ளை சந்திச்சா பார்க்கச்சொன்னவர்.

‘அண்ணர் லாவண்யாவைப் பொத்திப் பொத்தி வளர்த்தவர். சரியான கண்டிப்பு. படிப்பும், வீடும் என்று அவளும் வளர்ந்திட்டாள்.

வேற விசயங்களில அவளுக்கு ஆர்வம் இருக்கேல்ல. இப்ப அவளுக்கு மாப்பிள்ளை தேடிக் களைச்சுப் போயிட்டார். அவளும் தன்ர படிப்புக்கும், வேலைக்கும் ஏத்தமாதிரி வெளிநாட்டில படிச்சு, நல்ல வேலையில இருக்கிற மாப்பிள்ளைதான் வேணும் எண்டு ஒற்றைக்காலில நிக்கிறாள்'

கவருக்குள் இருவரது சாதகங்களும் இருப்பதை ஒரு கையின் உதவியாலேயே உறுதிசெய்துவிட்டு படங்களை வைத்து மறுபடியும் பக்கத்து சீட்டில் வைத்துக்கொண்டேன்.

எனக்குப் பின்னால் வந்துகொண்டிருந்த கறுப்பனுக்கு ஒரு கையால் காரை மெதுவாக செலுத்தி வரும் எனது செயல் கடுப்பை ஏற்படுத்தியிருக்க வேண்டும். இரண்டு, மூன்று தடவைகள் 'ஹார்'னை அழுத்தி ஒலியெழுப்பிப் பார்த்தான். நான் கருமமே கண்ணாக இருந்தேன். அடுத்த லேன் வழியாக எனது காரை முந்திக்கொண்டு வந்து, மீண்டும் என் காருக்கு முன்னால் தன் வாகனத்தை விட்டு மெதுவாக ஓட்டி எனக்கு எரிச்சல் மூட்டி என்னைப் பழிவாங்கினான். தன் கார் கண்ணாடிவழியாக என்னைப் பார்த்து நடுவிரலை உயர்த்திக்காட்டி, அசிங்கமாகத் திட்டினான். நான் மன்னிப்புக் கோரும் முகமாகக் கையை உயர்த்தி " சொறி" எண்டு காட்டியும் அவன் கடுப்பாய் இருந்தான்.

ஏற்கனவே பல தடவை புரோக்கரிடம் போய் வந்ததால், 'அப்பொயிண்மன்ட்' ஒன்றும் எடுக்கவில்லை. வந்துவிட்டேன். அந்த நேரம் பார்த்து கைத்தொலைபேசி கிணுகிணுத்தது. அடுத்த கணம் தானே ஓய்ந்துபோனது.

அழைப்புமணியை அழுத்திவிட்டுக் காத்திருந்தேன். சில நிமிடங்களில் கதவு திறந்தது. கதவை அடைத்துக்கொண்டு வெற்றிலை போட்டுச் சிவந்த தன் பற்கள் தெரியச் சிரித்தாள் புரோக்கர் அம்மா.

"என்ன திடீரென்று வந்து நிக்கிறியள்." என்று குற்றம்சாட்டிய புரோக்கர் அம்மையார், அடுத்தநொடியே, "கொஞ்சம் இருங்கோ. இவையள அனுப்பிப்போட்டுத்தான்…." உள்ளே ஏற்கனவே சிலர் வந்திருப்பதைத் தெரிவித்தார்.

"ஓகே... ஓகே.... பிரச்சனையில்லை......" என்றபடி சற்று தள்ளிக் கிடந்த கதிரையில் போய் அமர்ந்தேன்.

விறாந்தை முழுவதும் சிறுவர்களது விளையாட்டுப் பொருட்கள் ஆங்காங்கே சிதறிக்கிடந்தன. புரோக்கர் அம்மா பகுதிநேர வேலையாக 'பேபி சிட்டிங்' செய்வது நானறிந்ததே. மூலையில் கிடந்த மேசைமீது கோப்புகள் வரிசையாக அடுக்கப்பட்டு இருந்தன. நெற்றியில் ஏற்றியிருந்த தன் மூக்குக்கண்ணாடியை கண்களில் சரியாக பொருத்திக்கொண்டு கையில் இருந்த சாதகத்தை புரட்டத் தொடங்கினார் புரோக்கர்.

மேசைக்கு முன்னாற் போடப்பட்டிருந்த கதிரைகள் இரண்டிலும் ஆணும் பெண்ணுமாய் இரண்டு தடித்த உருவங்கள். கணவன் மனைவியாய் இருக்கவேண்டும். சில புகைப்படங்களைக் கையில் வைத்திருந்த அந்தப்பெண் அவற்றை ஒவ்வொன்றாகக் கணவனுக்குக் காட்டி, அவன் காதுகளுக்குள் ஏதோ கிசுகிசுத்துக்கொண்டிருந்தாள். அவர்கள் பார்வை ஒருமுறை என்மீது படிந்து திரும்பியது.

திரும்பவும் கைத்தொலைபேசி சிணுங்கியது. நிமிர்ந்து பார்த்த புரோக்கரிடம் சைகை காட்டிவிட்டு கைத்தொலைபேசியின் பட்டனை அழுத்தியபடி கதவைத் திறந்துகொண்டு வெளியே வந்தேன். எதிர்முனையில் அண்ணர்தான்.

"இப்ப உங்களைத்தான் நினைச்சுக்கொண்டு இருக்கிறன். நீங்க எடுக்குறீங்க"

"நீ எங்க நிக்கிறாய்? உன்னோட ஒரு முக்கியமான விசயம் கதைக்க வேணும்"

அண்ணரின் குரலில் ஒருவித பதற்றம் தெரிந்தது.

"நான் இங்க புரோக்கரிட்ட வந்தனான். லாவண்யாவுக்கு ஒரு இடம் பொருந்தி வந்திருக்கு என்று புரோக்கர் 'மெசேஜ்' விட்டிருந்தா. அதுதான் பார்ப்பம் எண்டு வந்தனான்..."

எதிர்முனையில் நிலவிய அமைதி என்னைச் சங்கடப்படுத்தியது.

“என்ன அண்ணெ? ஏதோ சொல்ல வேணும் எண்டு சொன்னனீங்கள்.......? என்ன விசயம்.....?”

“அது...... அது வந்து....”

“என்ன அண்ணெ....? சொல்லுங்க...?”

“அவளுக்கு...... அவளுக்கு கலியாணம் பேசத் தேவையில்லை. இங்க எல்லாம் சரிவந்துட்டுது....”

தொண்டைக்குள் ஏதோ சிக்கினாற்போல திக்கித்திணறிப் பேசினார் அண்ணர். எனக்குள் ஆயிரம் சிந்தனைகள் ஓடியது.

‘நேற்றுக்கூட அண்ணரோட கதைச்சனான்தானே. அப்ப ஒண்டும் சொல்லேல்ல. என்ன இப்ப திடுதிப்பென்று.......?’

“ஆ..... சரிவந்துட்டுதோ.....!!”

“..........” எதிர் முனையில் மௌனம்.

“ஆரு பொடியன்........? விசாரிச்சனீங்களே....? எப்படி சம்மந்தம் சரிவந்துது.....?” அடுக்கடுக்காய்க் கேள்விகளை அடுக்கினேன். சிறிது நேரத் தயக்கத்தின் பின் அண்ணர் பேசினார்.

“அதெல்லாம் எனக்குத் தெரியாது, ஆனா அவளோட வேலை செய்கிற பொடியனாம். அவள் நேற்றுப் பின்னேரம் தாயிட்டச் சொல்லியிருக்கிறாள். மனுசி இரவு என்னோட இதைப் பற்றி சொல்லேக்க என்ர தலையில இடி விழுந்திட்டுது”

எனக்குப் பேசுவதற்கு வார்த்தை ஒன்றும் வரவில்லை. என்ர தலையிலும் இடிதான். மௌனமாயிருந்தேன். ஏதோ புரிவதுபோல இருந்தது.

“அவளின்ர குணம்தான் உனக்குத் தெரியுமே. நானும் எவ்வளவோ கதைச்சுப்பார்த்தன். எங்களுக்கு உது சரிவராதெண்டு சொன்னன். அவள் பிடிவாதக்காரி. எனக்கு என்ன செய்யுறதெண்டு தெரியேல்ல”

“ம்..........”

“ஆரு என்ன என்று விசாரிச்சன். ஊரில யாழ்ப்பாணம்தான் சொந்த இடமாம். கோண்டாவில் பக்கம், அங்காலை...... வேறயாக்கள்

போல இருக்குது..... எனக்கு என்ன செய்யுறதெண்டு தெரியேல்ல. அவள் என்ன சொன்னாலும் கேட்கிறாள் இல்லை. பொடியன் இவளை மாதிரித்தான் அஞ்சு வயதில லண்டனுக்கு வந்தவனாம். யூனிவேர்சிட்டி முடிச்சிட்டு, இவள் வேலை செய்யுற இடத்திலதான் வேலைசெய்யுறானாம்.'' கவலை தோய்ந்த குரலில் சொல்லிக்கொண்டு போனார் அண்ணர்.

“ஏதோ தமிழ்ப்பொடியன் என்ற விதத்தில் எனக்கு ஆறுதல். அவ்வளவுதான்” என்ற அண்ணர் மீண்டும் மௌனமானார்.

“சரியப்ப.....” என்றபடி தொடர்பைத் துண்டித்துக்கொண்டார்.

அவற்ற மனம் எனக்கு நல்லாத் தெரியும். எத்தனையோ விசயங்களைக் கொட்டித் தீர்க்க அந்தரப்பட்டாலும் ஒன்றும் கதைக்க ஏலாமல் மனதைக் கல்லாக்கிக்கொண்டு விசயத்தை மட்டும் சொல்லிப்போட்டு போனை ‘கட்’ பண்ணிட்டார். அண்ணர் இந்த விசயங்களில் லேசில் விட்டுக்கொடுக்காதவர். ஊரில எத்தினை பேரோட பிரச்சனைப்பட்டவர்.

ஏன் இப்ப இருபத்தைஞ்சு, முப்பது வருஷமாகியும் ஊரில ஓடிப்போன கடைசித் தங்கச்சி விஜியோட அண்ணர் இன்னும் கொண்டாட்டம் இல்லையே. போன வருஷம் சிலோனுக்குப் போனபோதும், அம்மா எவ்வளவு கெஞ்சியும் அவளைப் பார்க்க மாட்டன் எண்டு பிடிவாதமா இருந்திட்டார்.

‘இங்க பிள்ளையள் விரும்பீட்டுதுகள் என்றால் பிறகு நாங்க ஒன்றும் கதைக்க ஏலாது. அதுகள் சாதியென்றால் என்ன எண்டு கேக்குதுகள். அதுக்கு என்ன பதில் சொல்லுறது......?’ என் மனம் உள்ள நிலவரத்தை அலசி ஆராய்ந்தது.

இரண்டு புறாக்கள் என்னை அலட்சியப்படுத்தியபடி அருகில் வந்து நிலத்தில் எதையோ பொறுக்கிக்கொண்டிருந்தன. கையை மெதுவாக உயர்த்த விருட்டென்று எழுந்து பறந்த அந்த இரண்டு புறாக்களும் இரண்டு வீடுகளுக்கு அப்பால் நிலத்தில் உலவியபடி மறுபடியும் எதையோ பொறுக்கத் தொடங்கின.

நேரத்தைப் போலவே என் சிந்தனைகளும் கட்டுக்கடங்காமல் ஓடியது. வெளியில் நன்றாக இருள் கவ்விக்கொண்டு வந்தது. லேசான

குளிரை அப்போதுதான் என் உடல் உணரத்தொடங்கியது. வந்த காரியத்தைத் தொடரமுடியாமையால் வீட்டுக்குத் திரும்ப உத்தேசித்தேன்.

பொக்கற்றுக்குள் கையை நுழைத்தபோதுதான் தெரிந்தது கார்ச்சாவியை உள்ளேயே விட்டுவிட்டு வந்துவிட்டேன். மறுபடியும் கதவைத் திறந்துகொண்டு வீட்டினுள் நுழைந்தேன்.

என் மனம் ஒரு நிலையில் இல்லை. உள்ளே காரசாரமாகப் பேச்சுக்கள் நடந்துகொண்டிருந்தது. என்னைக் கண்டதும் குரல்கள் சற்று அடங்கின. மெல்லிய குரலில் பேச்சுத்தொடர்ந்தது.

“நான் நாளைக்கு வாரன்” புரோக்கரிடம் சைகை காட்டிவிட்டு நான் அமர்ந்த சோபாவில் கார்ச்சாவியைத் தேடினேன். ‘சரி’ யென்று தலையசைத்த புரோக்கரும் அவர்களுடன் பேச்சைத் தொடர்ந்தார். அந்தப் பெண்ணின் குரல் ஓங்கியொலித்தது.

“இஞ்ச பாருங்க, நாங்கள் ஆர் ஆக்களெண்டு தெரியும்தானே. நாங்கள் மேலோங்கி கரையார். நீங்க எங்கட பிள்ளைக்கு........ எங்கட ஆக்களுக்க பாருங்க. இல்லையென்றால், வெள்ளாளர் அல்லது பிரமணச் சாதியில என்றாலும் எங்களுக்குப் பிரச்சனையில்லை. ஆனால் கரையார் மட்டும் வேண்டாம்”

காலிலே பாதணியை மாட்டிக்கொண்டு நின்ற நான் ஒருகணம் திடுக்கிட்டுத் திரும்பிப் பார்த்தேன். என் உதடுகளில் என்னையும் அறியாமல் ஒரு ஏளனப் புன்முறுவல் படர்ந்தது.

நிதானமாகப் படிகளில் இறங்கி நடந்தேன். என் செவிகளில் மனைவி புறப்படும்போது சொன்ன வாசகங்கள் ஞாபகம் வந்தன.

“ஒருத்தருக்கும் தங்களின்ர பிழையள் தெரியாது. மற்றவையளின்ர குறையளைத்தான் தூக்கிவச்சுக் கதைப்பினம். முதல்ல தங்களுக்குள்ள இருக்கிற பிரச்சனையளைத் தீர்க்க வேணும். பிறகு மற்றவையப் பற்றி, அவையளின்ர பிழையளைப் பற்றி பேச வெளிக்கிட வேணும்”.

ஞானம், ஜூன் 2010
ஈழநாடு(கனடா), 21 ஜனவரி 2011

தேடல்

மனிதனாகப் பிறந்த ஒவ்வொருவரும் உலகில் ஏதோ ஒன்றைத் தேடிக்கொண்டுதான் இருக்கிறார்கள். இக்கதையின் நாயகன் வரதனும்கூட ஏதோ ஒன்றைத் தேடிக்கொண்டுதான் இருக்கிறான். வருடங்கள் தோறும் அவன் தேடல் தொடர்கிறது. ‘முரளி... முரளி...’ என்று அவன் மனமும் உடலும் சதா அவனைத் தேடிக்கொண்டே இருக்கின்றன.

முரளி வரதனுடைய பால்யநண்பன். ஒரே ஊரில் ஒன்றாகச் சுற்றித் திரிந்தவர்கள். தென்னந்தோப்புகள், வயல்வரப்புகள், குளம் குட்டைகள் என்று இவர்கள் கால்பதிக்காத இடமே இல்லையென்று சொல்லலாம். புளுதி மண்ணில் குளித்து, முதுகுப்புறத்தாலும், நெற்றியில் இருந்தும் வியர்வை முத்துக்கள் உருண்டோட விழுந்து, புரண்டு விளையாடும் அந்த விடலைப் பருவ வாழ்க்கை இனித் திரும்பப் போவதில்லை.

ஆனால் நண்பனுமா......!!!

‘முரளியைப் பார்க்கவேணும். ஒருதடவையாவது அவனைச் சந்திக்க வேணும்’ என்று அவன் உள்ளம் துடித்துக்கொண்டிருந்தது. ‘முரளி எப்படியிருக்கிறான்? என்ன செய்கிறான்?’ என்ற எண்ண அலைகள் வரதனுடைய சிந்தனையில் சதா வட்டமிட்டுக்கொண்டே இருக்கும்.

முரளி தன் பள்ளிப் படிப்பைப் பாதியில் விட்டுவிட்டு பதின்ம வயதிலேயே வெளிநாடு போவதற்கு என்று கொழும்புக்குப் புறப்பட்டான். காரணம் நாட்டின் யுத்த சூழல்தான். பிறகு அவன் எங்கு போனான்? என்ன ஆனான்? எந்த விபரமும் வரதனுக்குத் தெரியாது.

காலஓட்டத்தில் வரதனும் வெளிநாட்டுக்கு ஏஜென்சியின் உதவியுடன் புறப்பட்டுவிட்டான். இரண்டு, மூன்று தடவை கள்ளப் பாஸ்போட்டில் புறப்பட்டு, பிறகு பிடிபட்டு பல நாட்டுச் சிறைகளிலும் வாசம் செய்தான். ஜேர்மன், சுவிஸ், பாரீஸ் என்று ஒவ்வொரு நாட்டின் எல்லைகளையும் திருடனைப் போல் நுளைந்து..... நாயாய்ப் பேயாய் அலைந்து.... பசி பட்டினியோடு ஒளித்து ஓடி..... கடைசியாய் கனடாவில் வந்து அகதியாய் தஞ்சமடைந்தான். இந்த நாடுகளில் எல்லாம் தன் சொந்தபந்தங்கள், அயலவர் என்று எத்தனையோ பேரைச் சந்தித்து விட்டான். அப்போதுதான் அவனுள் மெல்ல முளைவிடத் தொடங்கியது முரளியைப் பற்றிய தேடல். நாளாக நாளாக அந்தத் தேடல் வளர்ந்துகொண்டே போனது.

வரதனின் தேடல் தொடர்ந்துகொண்டிருந்தது. கனடாவின் காலநிலையைப் போல - கோடை காலத்தில் அடிக்கடி சிலுசிலுக்கும் மழைத்தூறல் போலவும், குளிர் காலத்தில் இன்பம் தரும் இளவெயில் போலவும் முரளியின் நினைவு அவனுள் வந்துபோகும்.

தினமும் வேலை, வீடு என்று வாழ்க்கை ஓடிக்கொண்டிருந்தாலும் அவற்றுக்கு மத்தியிலும் முரளியைப் பற்றிய தேடல் எங்கோ ஒரு ஓரமாய் மனதின் விளிம்புகளில் அவனுள் ஒட்டிக்கொண்டே இருக்கிறது. அவனுடைய தேடல் தொடர்கிறது.

வரதன் தான் செல்லும் இடமெல்லாம் முரளியைத் தேடினான். அவனைப் பற்றிய ஒரு சிறு தகவலைத் தானும் பெறமுடியவில்லையே என்ற ஆதங்கம் வரதனுள் நண்பனைப் பற்றிய தேடலை மேலும் மேலும் அதிகரிக்கச் செய்தது. ஊர் ஒன்றுகூடலாகட்டும், களியாட்ட நிகழ்ச்சியாகட்டும், உறவினர்களின் கொண்டாட்டங்கள் ஆகட்டும் அவ்வளவு நிகழ்ச்சிகளுக்கு

மத்தியிலும் நண்பனின் நினைவுவந்து தலைகாட்டிவிட்டுப் போகும். மனைவியை இருத்திவிட்டு இரண்டு, மூன்று தடவை இவன் அந்த இடங்களையெல்லாம் சுற்றிச்சுற்றி வருவான்.

'என் நண்பனைக் காணமாட்டேனா?' என்ற ஏக்கம் அவன் விழிகளில் நிரம்பி வழியும்.

"அந்த ஆள் எங்க இருக்கிறாரோ.....?. இந்த மனுசன் உலகம் முழுக்க அந்த ஆளத் தேடுது...."

மனைவி சாந்தி சில சமயங்களில் புறுபுறுக்கத் தொடங்கி விடுவாள். ஆண்டுகள் உருண்டோடியதே தவிர முரளியைப் பற்றிய தகவல்கள் எதுவும் கிடைக்கவில்லை.

அன்று சனிக்கிழமை. அவனுக்கு வேலை விடுமுறை. முக்கியமாகக் கடைக்குச் சென்று சாமான்கள் வாங்கிவரும் நாள் அது. சாந்தி வீட்டு வேலைகளைக் கவனிக்க, வரதன் தனியாகத் தமிழ் கடைக்கு வந்திருந்தான்.

கடைக்கு என்று ஒதுக்கப்பட்டிருந்த 'பாக்கிங் பிளேசில்' வாகனங்கள் நிறைந்திருந்தன. எங்கே வாகனத்தை நிறுத்துவது என்று தெரியாமல் கடையுடன் கூடிய அந்த பிளாசாவை ஒருமுறை சுற்றி வலம் வந்தான். அவன் வருவதற்குள் ஒரு கார் புறப்பட அந்த இடத்தைப் பிடிப்பதற்காக இன்னொரு வாகனம் தயாராகக் காத்து நின்றது.

'இது சரிவராது...' முணுமுணுத்தபடி தாடையை மெல்லச் சொறிந்தான். காருக்குள் புளுக்கமாக இருந்தது. காரின் பக்கக் கண்ணாடிகளை நன்றாக இறக்கிவிட்டான். சில்லென்ற காற்று முகத்தில் அறைந்தது. அந்த சுகத்தை அனுபவித்தபடி காத்திருந்தான்.

'எங்கட நாட்டிலதான் ஷெல்லடி, பொம்மரடி என்று சனம் சாகுதுகள். இதுகள் இங்க இருந்துகொண்டு சும்மா குடிச்சுக் குடிச்சு தங்களத்தாங்களே அழிச்சுக்கொள்ளுதுகள். கஷ்டப்பட்டு உழைக்கிற காசுகளை இப்பிடி...." வரதனுடைய காரைக் கடந்து சென்ற ஒரு பெண் அங்கலாய்ப்புடன் சொல்லிக் கொண்டுபோக வரதனுடைய கவனமும் அங்கு நிலைத்தது.

கடையோடு ஒட்டி நின்ற மரத்தோடு ஒருவன் விழுந்து கிடந்தான். முகத்தின் பாதியை பல நாட்களாக சவரம் செய்யப்பட்டாத தாடி மறைத்துக்கொண்டிருந்தது. அழுக்கேறிய உடையும், சீவப்படாத பரட்டைத் தலையுமாக.....

சரியாக ஊரில் பார்க்கும் ஒரு பிச்சைக்காரனைப் போலவே தோற்றமளித்தான். வரதனுக்கும் அவனைப் பார்க்க வெறுப்பாகத்தான் இருந்தது. ஏதோ தலையைத் தூக்கி முணுமுணுப்பதும் மறுகணம் தலை தொங்கிப் போவதுமாக அவனைப் பார்க்க வேடிக்கையாக இருந்தது. அவனுடைய பையொன்று புற்களுக்கிடையே விழுந்து கிடந்தது.

வரதனைப் போலவே அந்த மரக்கிளைகளில் அமர்ந்திருந்த இரண்டு சிறுகுருவிகளும் திகைப்புடன் தலைசாய்த்து அவனைப் பார்த்துக்கொண்டிருந்தன. போவோர், வருவோர் கண்கள் ஒருவித அருவருப்புடன் அவனைப் பார்த்தன.

மின்னலாய் வரதனுள் ஒரு எண்ணம். அவசரமாய் காரை அப்படியே விட்டுவிட்டு, இறங்கி ஓடினான். அவனுக்கு அது இன்ப அதிர்ச்சிதான். அவனது கனவு இன்றுதான் பலித்தது.

ஆம் அது முரளிதான்!!!

அவன் முரளியே தான்!

வரதனுக்கு ஒரு நிமிடம் கையும் ஓடவில்லை. காலும் ஓடவில்லை. ஆனந்தத்தில் உடலில் ஒருவித படபடப்பு.

“டேய் முரளி... டேய் முரளி....” மரத்தோடு சாய்ந்து கிடந்தவனின் தோளைப் பிடித்து உலுக்கினான் வரதன். எவனை பல ஆண்டுகளாகப் பார்க்க வேண்டும், பேச வேண்டும் என்று துடியாய் துடித்துக் கொண்டிருந்தானோ அவன்தான் அங்கே விழுந்துகிடந்தான்.

பார்க்கவும், தொட்டுப் பேசவும் அருவருப்பான தோற்றத்தில்....!!!

துர்நாற்றமும், சாராயவாடையும் வயிற்றைக் குமட்டியது.

இது முரளிதானா.....?

வரதனுக்கு அவன் கண்களையே நம்பமுடியவில்லை. இதைத்தான் தெய்வச் செயல் என்பதா....!

'எப்படியோ என் நண்பன் எனக்குக் கிடைத்து விட்டான்.' வரதனின் மகிழ்ச்சிக்கு அளவே இல்லை.

வரதனை யாரென்றே புரிந்துகொள்ளும் நிலையில் முரளி இல்லை. இருபத்தியிரண்டு வருடப் பிரிவு வரதனுக்கே அவனை அடையாளம் காணக் கடினமாகத்தான் இருந்தது. குடி போதையிலும், பசி மயக்கத்திலும் கிடக்கும் முரளி எப்படி வரதனை அடையாளம் கண்டுகொள்வான்?

'சின்ன வயதில் பார்த்த அதே சாயல்' வரதன் நண்பனின் தோள்களை பாசத்துடன் வருடினான்.

"டேய் முரளி என்னைத் தெரியுதாடா? என்னைப் பாரடா"

வரதன் அவனை உலுக்கினான். முரளி ஒரு முறை தலையை நிமிர்த்தி அவனைப் பார்த்தான். முரளியின் கண்களில் ஒரு சிறு மின்னல். ஆவலா? திகைப்பா? என்று அறியமுடியாமல் அவன் கண்கள் மலர்ந்து விரிந்தன. அவ்வளவுதான் மறுபடியும் தலையைத் தொங்கப்போட்டுக்கொண்டான். அவனுடைய கடைவாயில் வழியாக எச்சில் வடிந்துகொண்டிருந்தது. அவனைத் தொட்ட இடமெல்லாம் பிசுபிசுவென்று இருந்தது.

பளிச்சென்ற வெள்ளைநிற சேட்டும், நீலநிற அரைக்காற் சட்டையும் அணிந்து மாணவர் தலைவனாக பாடசாலை விளையாட்டுப் போட்டிகளின்போது முரளி அணிவகுத்து நிற்கும் காட்சி வரதனின் கண்களுக்குள் ஒருகணம் வந்து போனது.

'இவனுக்கு என்ன நடந்தது?'

'எதுக்காக இப்பிடிக் குடிக்கிறான்?'

'எப்ப இவன் கனடாவுக்கு வந்தவன்?'

'ஏன் இப்பிடி ரோட்டில கிடக்கிறான்?'

அடுக்கடுக்காய்ப் பல கேள்விகள் அவன் மனதுள் எழுந்தன. அந்தக் கேள்விகளுக்கெல்லாம் முரளி சுயநினைவுக்கு வந்தால் மட்டுமே விடைகாண முடியும். முழங்காலை முட்டுக்கொடுத்து முரளியை மெதுவாகத் தூக்கி நிமிர்த்த முயற்சிசெய்தான். திமிறி வழுக்கிக்கொண்டு போனான் முரளி.

"சுகந்தி... எங்கயடி போயிற்றாய்?"

"உன்னை விடமாட்டன்....." ஏதேதோ முணுமுணுத்தன முரளியின் உதடுகள். திரும்பவும் முரளியை அணைத்துத் தூக்க முயற்சித்தான் வரதன்.

"என்ன அண்ண.... உங்களுக்கு தெரிஞ்சவரோ?" என்று கேட்டபடி அதுவரை நடப்பவற்றையெல்லாம் பார்த்துக் கொண்டிருந்த இளைஞன் ஒருவன் உதவிக்கு வந்தான்.

"ஓம் தம்பி. ஒருக்கா பிடியுங்கோ இவரைக் காருக்குக் கொண்டுபோக வேணும்.." என்றான் வரதன். அந்த இளைஞனின் உதவியுடன் முரளியை நடப்பித்து ஒருவாறு கார் சீற்றில் உட்காரவைத்தான். சீற்றுடன் சரிந்து கிடந்தான் முரளி. அந்த இளைஞனுக்கு நன்றி தெரிவித்துவிட்டு காரை ஸ்ராட் செய்தான் வரதன்.

"விதுக்குட்டி. அப்பாவின்ர செல்லம்..."

"விதுக்குட்டி..... விது..." முரளி காற்றிலே கைகளை அசைத்தபடி முணுமுணுத்தான்.

"எடியேய்.... சுகந்தி... " முரளியின் வாய் அந்தப் பெயர்களை அடிக்கடி உச்சரித்தது. இடையிடையே கெட்ட வார்த்தைகளும்....

"என்ர விதுக்குட்டி எங்கயடி?"

"ஆட்டக்காரி... தேவடியாள்...."

வழிநெடுகிலும் முரளி சம்மந்தா சம்மந்தம் இல்லாமல் ஏதேதோ பிதற்றிக்கொண்டிருந்தான். இந்தப் பிதற்றலுக்கும், முரளியின் இந்த

நிலைமைக்கும் ஏதோ சம்மந்தம் இருக்கிறது என்று மனதுக்குள் நினைத்தபடி காரைச் செலுத்தினான் வரதன்.

வரதனின் காரைக் கண்டதும் முன் முற்றத்தில் விளையாடிக் கொண்டிருந்த பிள்ளைகள் காரைச் சூழ்ந்துகொண்டனர். பிள்ளைகளைக் கண்டதும் முரளி "விது... விது..." என்றபடி அவர்களைக் கையசைத்து அருகில் அழைத்தான்.

"ரெண்டுபேரும் விளையாடினது காணும் ஓடிப்போய் 'ஹோம்வேர்க்' செய்யுங்கோ" தன் பிள்ளைகளை விரட்டினான் வரதன். ஏதோ வித்தியாசமாய் உணர்ந்தவளாக சாந்தி வெளியே வந்தாள்.

"என்னப்பா?" என்றபடி காரை நெருங்கியபோதுதான் பின்சீட்டில் கிடக்கும் முரளியைக் கண்டாள்.

"என்னப்பா? இதாரிது?....."

"யாரென்று சொல்லுறன் முதல்ல அந்தக் கார்கதவைப் போய் திற வாறன்....." என்றபடி காரில் இருந்து இறங்கினான் வரதன். புதியவன்மீது கண்களை படரவிட்ட சாந்தியின் முகம் சுருங்கிப்போனது.

"என்னப்பா.... ஆரிது....? தலைகால் தெரியாமல் குடிச்சுப் போட்டு கிடக்கிறார்! ஹூம்ம்..... சரியான மணமாய் இருக்குதப்பா...." மூக்கைப் பொத்திக்கொண்டு மெதுவாகச் சொன்னாள் சாந்தி.

"உந்த ஆராய்ச்சியளை எல்லாம் பிறகு செய்யலாம். முதல்ல இதைப்படி" என்றபடி முரளியின் பையை அவளுடைய கைகளில் திணித்தான். முகம் கோணலாக இரண்டு விரல்களால் அந்தப் பையை பெற்றுக்கொண்டாள். வரதன் முரளியைக் கைத்தாங்கலாக அழைத்துக்கொண்டு குளியலறைக்குக் கொண்டு வந்தான்.

"இனியாவது சொல்லுங்க? ஆரப்பா இது....?" சாந்தியால் ஆவலை அடக்கமுடியவில்லை. வரதனிடமிருந்து நீண்ட பெருமூச்சொன்று வெளிப்பட்டது.

“யாரை நான் இவ்வளவு காலமும் தேடிக்கொண்டு இருந்தேனே அந்த உயிர்த்தோழன் முரளிதான் இது”

“என்னப்பா சொல்லுறியள்....!” என்றபடி ஆச்சரியமாய்க் கேட்ட சாந்தியிடம் நடந்ததை எல்லாம் ஒப்புவித்தான் வரதன்.

முதலில் முரளியின் முகத்தை மூடியிருந்த தாடியைச் சவரம் செய்தான் வரதன். சாந்தி முரளியின் ‘ஷூவை’க் கழட்டி உதவி செய்தாள். மதுவாடை வயிற்றைக் குமட்டியது. சாந்தியின் உதவியுடன் முரளியை குளிக்கச் செய்தான். வரதன் முரளியை ‘சிங்’குள் இருத்தி, ‘ஷவரை’த் திறந்து விட்டான். கொழுக்கியில் மாட்டியிருந்த துவாயை எடுத்து முரளியின் தலையைத் துவட்டிவிட்டான். வரதனுக்கென்று வாங்கியிருந்த புதிய சேட் ஒன்றையும், சாரம் ஒன்றையும் கொண்டு வந்து வைத்துவிட்டுப் போனாள் சாந்தி.

குளித்ததில் முரளிக்குப் போதை கொஞ்சம் இறங்கியிருந்தது. தலை கொஞ்சம் நிமிர்ந்திருந்தது. சிவந்த கண்களூடன் நண்பனை ஏறிட்டான். முகத்தில் எந்தச் சலனமும் இல்லை.

“முரளி... என்னை யாரென்று தெரியுதா?” ஆவலுடன் வரதன் கேட்க “ம்ம்ம்...” என்று தலையாட்டினானே தவிர பதில் ஒன்றும் வரவில்லை. கண்கள் மட்டும் நீரைச் சொறிந்தன.

சாந்தி சூடாகப் பரிமாறிய உணவை அரக்கப்பரக்கச் சாப்பிட்டான். ‘சரியான பசிபோல...’ வரதனின் விழிகளில் நேசம் நிறம்பி வழிந்தது. நண்பனிடம் உடனடியாக பேச்சுக் கொடுக்க அவன் விரும்பவில்லை. போதை தெளிந்தபின் காலையில் பேசலாம் என்று நினைத்தான். வரதன் காட்டிய விசிட்டர்ஸ் ரூமில் முரளி வந்து படுத்துக்கொண்டான். அவன் கட்டிலில் விழுந்த கொஞ்ச நேரத்திற்கெல்லாம் குறட்டை ஒலி கேட்கத் தொடங்கியது. வரதன் அறைக்குள் சென்று முரளி தூங்குவதைக் கொஞ்சநேரம் நின்று பார்த்துவிட்டு வெளியே வந்தான்.

வரதன் மனதில் புதிய தேடுதலுக்கான கேள்விகளின் அடுக்குகள்....

'முரளி கலியாணம் கட்டி... பிள்ளையளும் இருக்குது போல.....?'

'மனுசி கோவிச்சுக்கொண்டு பிள்ளையத் தூக்கிக் கொண்டு கனடாவுக்கு வந்துட்டுதோ....?'

'மனுசியின்ர சகோதரங்கள் ஆராவது இங்க கனடாவில இருக்கினம் போல....?'

'முரளி ஏன் தன்ர குடும்பத்தோட இல்லை....? அவையளுக்க என்ன பிரச்சனை?'

'இவன் இவ்வளவு காலமும் கனடாவிலயே இருந்தவன்? எப்படி என்ர கண்ணில படாமல் போனான்?'

விடை தேட வேண்டிய பல கேள்விகள் அட்சய பாத்திரத்தில் இருந்து ஊற்றெடுப்பதுபோல அவனுள் நிரம்பி வழிந்தன.

எல்லாவற்றுக்கும் விடை நாளை தெரிந்துவிடும் என்று நினைத்தபடி அந்த அறைக்கதவைச் சாத்திவிட்டு தனது அறைக்கு வந்தான்.

வரதனுக்குத் தூக்கம் வரவில்லை. கட்டிலில் புரண்டு படுத்தான். சாந்தி எதுவும் பேசாமலேயே படுத்திருந்தாள். குடிகாரனை வீட்டுக்குள் கூட்டிவந்து கணவன் செய்யும் சிரமபரிகாரம் அவளுக்குப் பிடிக்கவில்லை. அவளுடன் வாதம் செய்ய வரதனும் விரும்பவில்லை. எனவே படுக்கையறையில் ஒரு அசாத்திய அமைதி நிலவியது. அந்த மௌனவெளியில் வரதனின் நினைவுகள் கடந்த காலத்தை நோக்கிப் பயணித்தது.

சரவணை என்பது அவர்கள் பிறந்து வளர்ந்த அழகான கிராமம். கிராமத்தைச் சூழ வயல்வெளிகளும், ஆங்காங்கே சிறிய பெரிய குளம் குட்டைகளும் இருந்தன. பசுமை நிறைந்த அந்தக் கிராமத்தில் மழைக்காலத்தில் மட்டும் வெள்ளம் நிறைந்து எங்கும் நீர் சூழ்ந்திருக்கும். வயல் எது? வரம்பெது? குளம் எது? குளக்கட்டு எது? என்று தெரியாமல் எங்கும் சேற்று மண்ணிறத்தில் வெள்ளம் தேங்கி நிற்கும்.

மழைக்காலம் என்றால் சிறுவர்களுக்கு மகிழ்ச்சிதான். பள்ளிக்கூடம் போகும்போதும், வரும்போதும் நீரில் கால் படாமல் போகவே மாட்டார்கள். முரளி வரதனையும், வரதன் முரளியையும் வெள்ளத்தில் தள்ளிவிட்டபடி விளையாடிக்கொண்டே பள்ளிக்கூடம் செல்வார்கள். இவர்களோடு மற்ற அயல் பிள்ளைகளும் சேர்ந்துகொள்ளுவார்கள். வழியில் தெருவில் போவோரின் எச்சரிக்கைகள் ஒன்றும் இவர்கள் காதுகளில் விழவே விழாது.

பாடசாலை முடிந்து வரும்போது, வயல்வெளிகளில் தேங்கி நிற்கும் நீருக்குள் சிரட்டையை வைத்து மீன்குஞ்சு பிடிப்பார்கள். குருணி நண்டு பிடிப்பார்கள். நீர் நிறைந்திருக்கும் குளத்திற்குள் கல்லெறிந்து விளையாடுவார்கள். வரதனின் அம்மா அல்லது முரளியின் அக்கா கையில் பிரம்போடு வரும்வரை அவர்கள் விளையாட்டு தொடரும். வெள்ளை உடையில் படிந்திருக்கும் கறையைப் பார்த்ததுமே வரதனின் அம்மா சத்தம் போடத் தொடங்கிவிடுவாள்.

முரளிக்கு நீர் நிரம்பியிருக்கும் குளத்தில் குளிப்பதென்றால் மிகவும் பிரியம். வரதனுக்கோ நீச்சல் தெரியாது. அவன் கரையில் நின்று முரளி நீந்துவதைப் பார்த்துக்கொண்டிருப்பான்.

ஒரு மழைக்காலத்தில்தான் அந்தச் சம்பவமும் நடந்தேறியது. அப்போது வரதனுக்கு பதின்மூன்று அல்லது பதினான்கு வயதுதான் இருக்கும்.

ஒரு மம்மல் பொழுதில் விளையாடி முடித்துவிட்டு நண்பர்கள் எல்லோரும் பிரிந்து போனார்கள். முரளியும், வரதனும் வெள்ள நீரில் விளையாடியபடியே வீட்டுக்கு வந்துகொண்டிருந்தனர். மைதானம் தாண்டி வயல்வரப்புகளில் நடந்தார்கள். அருவிவெட்டு முடிந்திருந்த வயல்காணிகள் எல்லாம் வெள்ளத்தால் மூடியிருந்தன. வயலில் இருந்து பள்ளமான பகுதியை நோக்கி வெள்ளம் ஓடிக்கொண்டிருந்தது. அந்த நீரில் கால்களை நனைத்தபடியே நண்பர்கள் இருவரும் நடந்தனர். வயல்களைத் தாண்டி அப்பால் நடக்க நடக்க வெள்ளம் கொஞ்சம் அதிகமாகவே இருந்தது.

திடீரென்று வரதனின் கால் சறுக்கிக் கொண்டு போனது. பயத்தில் விக்கித்துப் போனான் வரதன். அவனை நீர் உள்ளே இழுத்துக்கொண்டது. வயல் வரம்பென்று நினைத்து வரதன் குளத்துக்குள் காலை விட்டுவிட்டான். விளைவு குளத்துக்குள் அவன் மூழ்கத் தொடங்கினான். எல்லாம் கண் இமைக்கும் சிறுபொழுதுதான். ஆனால் வரதனால் வாழ்க்கையில் மறக்க முடியாத சம்பவம் அது.

வரதனுக்கு மூச்சுத் திணறியது. எங்கேயோ இருண்ட ஒரு உலகத்தை நோக்கித் தான் பயணப்படுவது போன்ற ஒரு பிரமை. கைகளையும், கால்களையும் அடித்துப் பார்த்தான். கரையேற முடியவில்லை. எதிரே நிற்கும் நண்பனைத் தவிர ஒன்றும் தெரியவில்லை. அவனை நோக்கி கைகளை நீட்டி சத்தம் போட்டான். சேற்றுக்குள் கால்கள் புதைந்து யாரோ இழுப்பது போல இருந்தது. வெள்ளநீரும், சேறும் தொண்டைக்குள் கரித்தது. கத்தமுடியாமல் தொண்டை இறுகுவது போல இருந்தது. 'ஐயோ நான் சாகப்போறேன்' என்று வரதன் தனக்குள் நினைத்துக்கொண்டான். அது ஒருகணம்தான்.

அப்போதுதான் தன்னோடு பின்னால் வந்துகொண்டிருந்த வரதனின் சத்தத்தைக் காணவில்லையே என்று திரும்பிப் பார்த்தான் முரளி. வரதன் தண்ணீருக்குள் தத்தளித்துக்கொண்டிருந்தான். நண்பன் திடீரென்று நீருக்குள் மூழ்கத் தொடங்கியதும் ஒரு கணம் திடுக்குற்று அப்படியே நின்றுவிட்டான். மறுகணம் தன்னை சுதாகரித்துக்கொண்டு, "ஐயோ... வரதன் குளத்துக்குள்ள விழுந்துட்டான். எல்லாரும் ஓடிவாங்க... ஓடிவாங்க..." என்று குரல் கொடுத்தான்.

அவர்கள் வருவதற்குள் வரதன் மூழ்கிப்போய்விடுவான் என்று முரளிக்குத் தோன்றியது. மெல்ல மெல்ல வெள்ள நீர் அவனை குளத்தின் நடுப்பாகத்தை நோக்கி நகர்த்திக்கொண்டிருந்தது. அந்த ஆழத்திற்குள் சென்றுவிட்டால் நண்பனைக் காப்பாற்ற முடியாது என்பது முரளிக்குத் தெரியும். புத்தகப் பையை கழற்றி எறிந்துவிட்டு, விநாடியில் முரளி நீரில் பாய்ந்து வரதனை நோக்கி நீந்தத் தொடங்கினான். சிறிது நேரத்தில் அவன் கைகளில் முரளியின் தலைமுடி கற்றையாகப் பிடிபட்டது. அப்படியே இறுகப் பற்றி

கரைக்கு இழுத்துக்கொண்டு வந்தான். கரையை நெருங்கும்போது வேறு பல கைகளும் அவனுக்கு உதவிசெய்தன. வரதனின் அம்மா ஒப்பாரி வைத்து அழத் தொடங்கியிருந்தாள். நண்பர்கள் இருவரும் மூச்சு வாங்க ஒருவரை ஒருவர் பார்த்துக்கொண்டனர். முரளி அவனைப் பார்த்து சிரித்துக்கொண்டிருந்தான். நண்பனைக் காப்பாற்றியது அவனுக்குச் சந்தோசமாக இருந்தது. வரதனுக்குக் கண்களில் கண்ணீர் பொங்கிவழிந்தது. நண்பனை நன்றியோடு பார்த்தான். அவனுக்கு உயிர் கொடுத்த நண்பன் அவன்.

அன்று வரதனின் உயிர் தப்பியது முரளியால்தான். நண்பன் என்பதற்கு மேலாக தனது உயிரைக் காப்பாற்றியவன் என்பதாலும் வரதன் முரளிமீது அதிக பாசமாக இருந்தான். தன் உயிர்காத்த நண்பனைச் சந்திக்கவேண்டும், அவனுடைய வாழ்க்கை எப்படியிருக்கிறது என்று அறியவேண்டும். அவனுக்கு ஏதாவது உதவவேண்டும் என்ற ஆதங்கங்களே பின்னாளில் வரதனின் தேடலுக்குக் காரணமாய் அமைந்தன. பழைய நினைவுகளில் மூழ்கியபடி அப்படியே உறங்கிப் போனான் வரதன்.

வரதன் எத்தனை மணிக்குத் தூங்கப் போனாலும் காலையில் வழமையாக எழும்பும் நேரத்திற்கே கண்விழித்து விடுவான். குளியலறையில் சாந்தி குளித்துக்கொண்டிருக்கும் சத்தம் கேட்டது. பிள்ளைகள் தங்கள் அறைகளில் இன்னும் தூங்கிக்கொண்டு இருந்தார்கள். வரதன் அவசரமானான். நண்பனுடன் பேச அவனுக்கு நிறைய விடயங்கள் இருந்தன. தேனீர் தயாரிப்பதற்காக, தண்ணீரை ஊற்றி எலெக்ரிக் கேத்தலில் வைத்துவிட்டு, முரளியின் அறையை நோக்கி நடந்தான். அறைக்கதவு லேசாகத் திறந்திருந்தது. நண்பனாக இருந்தாலும் ஒரு நாகரீகம் கருதி அறைக்கதவை இரண்டுமுறை தட்டினான். எந்தச் சத்தமும் இல்லை. கதவைத் திறந்து கட்டிலைப் பார்த்தான். முரளியைக் காணவில்லை. 'வோஷ்ரூம்' திறந்துகிடந்தது. மேசைமீது இருந்த முரளியின் உடமைகள் அடங்கிய பையும் காணாமல் போயிருந்தது. வரதனுக்கு மனம் திடுக்குற்றது.

'ஸ்... அதுக்கிடையில எங்க போயிட்டான்?'

"முரளி.... முரளி....." என்று அழைத்தபடி கதவைத் திறந்து வெளியேவந்து தேடினான். பதட்டம் வரதனை தொற்றிக்கொண்டது.

எதிர் எதிர்ப்பக்கமாக இருந்த இரண்டு தெருமுனை வரையும் ஓடிச்சென்று பார்த்தான். முரளியைக் காணவில்லை. மறுபடி வீட்டிற்கு வந்து அறையிலும், வெளியிலுமாக நண்பனைத் தேடினான். அதற்குள் சாந்தியும் குளித்து, உடைமாற்றிக்கொண்டு வந்துவிட்டாள்.

"என்னப்பா....என்ன அவர் இல்லையோ?" என்றாள் ஒருவித அச்சத்துடன். வீட்டின் நாலாபுறமும் அவள் பார்வை ஒரு அவசரத்துடன் படர்ந்தது.

"இல்லையப்பா காண இல்லை.." என்றபடி அந்த அறையை ஆராய்ந்தான். அப்போதுதான் மேசையில் கண்ணில் படும்படி வைத்திருந்த அந்தக் காகிதத்துண்டு கண்களிற் பட்டது. பரபரப்புடன் கடிதத்தை எடுத்துப் பிரித்தான்.

என் பிரிய நண்பனுக்கு,

நீ குடும்பம், குழந்தைகள் என்று சந்தோசமாக இருப்பதைப் பார்க்க எனக்குச் சந்தோசமாக இருக்கிறது.

தலையை நிமிர்த்தினான் வரதன்.

"அப்ப இவன்ர குடும்பம், குழந்தைகளுக்கு என்ன நடந்தது? எல்லாரையும் பிரிஞ்சு இருக்கிறானோ? நான் நினைச்சது சரியாத் தான் போச்சுது' பதில்களற்ற கேள்விகள் அவனுள் எழுந்து அடங்கியது. தொடர்ந்து படித்தான்.

குடும்பம், குழந்தை குட்டி என்று சந்தோசமாக வாழத் தெரியாத பாவி நான். எல்லாத்துக்கும் இந்த பொல்லாத பணம்தான் காரணம். அளவுக்கு மிஞ்சின பணம், குதிரை ரேஸ், சூது என்று என்ர வாழ்க்கை நாசமாப் போச்சு. மனுசியெண்டு வந்தவளும் என்னை ஒரு மனுசனா மதிக்க இல்லை. வெளிநாட்டுச் சட்டதிட்டங்கள் எல்லாம் அவளோட கைகோர்த்துக் கொண்டு என்னைக் காலைவாரிப் போட்டுது.

நேற்று குடிவெறியில கிடந்த என்னைத் தூக்கிவந்து பசிக்கு சாப்பாடும் தந்து கவனிச்சதுக்கு நன்றி. உனக்கும், சகோதரிக்கும் நான் வீண் கரைச்சலைக் குடுத்துப் போட்டன். ரெண்டு பேரும் என்னை மன்னிச்சிருங்கோ. உங்கட உதவியை நான் மறக்க மாட்டன்.

வெளிநாடு வந்தபிறகு என்ர வாழ்க்கையில் பல பிரச்சனைகள். ஆணோ, பெண்ணோ வாழத் தெரியாமல் வாழ்ந்தால் இதுதான் நிலமை. என்ர பிரச்சனைகளை எல்லாம் உனக்குச் சொல்லி உன்னையும் வேதனைப்பட வைக்க நான் விரும்பேல்ல. நான் போறன். என்னைத் தேட வேண்டாம்.

இப்படிக்கு,

உனது தோழன்,

முரளி.

கடிதம் இரத்தினச் சுருக்கமாக எழுதப்பட்டிருந்தது.

இவ்வளவு நாளும் தேடிக்கொண்டிருந்த நண்பன் கிடைத்து விட்டானே என்று பெரும் ஆறுதலாக இருந்தது வரதனுக்கு. அந்த ஆறுதலும் ஓர் இரவுடனேயே கொள்ளை போனது. செயலற்றுச் சில விநாடிகள் கல்லாய்ச் சமைந்திருந்தான்.

வரதனின் தேடல் முற்றுப்பெறவில்லை. பல புதிய கேள்விகளுக்கான தேடல்கள் அவனுள் எழுகின்றன.

முரளியின்ர வாழ்க்கையில என்ன நடந்தது? அவன் இவ்வளவு காலமும் எங்க இருந்தவன்?

அவனுடைய மனைவி, பிள்ளைகளுக்கு என்ன நடந்தது?

முரளியின்ர குடும்பம் எங்கே இருக்கிறது?

அவன் ஏன் இப்பிடி அனாதையைப் போல, பைத்தியக்காரனைப் போல அலைஞ்சுகொண்டிருக்கிறான்?

என்னுடைய நண்பன் முரளி எங்க இருக்கிறான்?

"முரளி... முரளி..." என்று வரதனின் உடலும் மனமும் சதா நண்பனையே தேடிக்கொண்டிருக்கின்றன.

அவனுடைய தேடல்கள் தொடர்ந்துகொண்டிருக்கின்றன.

தேடல்கள் தொடர்ந்துகொண்டே இருக்கின்றன...................!!!

தினக்குரல், 2011

ஈழநாடு(கனடா), 2011